தபால்காரன்

(பிரெஞ்சு நாவல்)

தபால்காரன்

(பிரெஞ்சு நாவல்)

ரோஜர் மார்டின் தூ கார்டு

தமிழில்:
க. நா. சுப்ரமண்யம்

எழுத்து பிரசுரம்

Title: Thabaalkaaran (The Postman) French Novel
Author's Name: Roger Martin du Gard
Tamil Translation: Ka. Naa. Subramanyam
Published by Ezutthu Prachuram

Ezutthu Prachuram
(An imprint of Zero Degree Publishing)
No.75 & 76, Ist Floor, Kuppusamy Street,
Balaji Nagar,
Padi,
Chennai - 600050

Website: www.zerodegreepublishing.com
E Mail id: zerodegreepublishing@gmail.com
Phone: 89250 61999

Ezutthu Prachuram First Edition: April 2025
ISBN : 978-93-48439-00-0
TITLE NO EP : 569

Rs. 200/-

Layout: G.Selva kumar
Cover Design: Vijayan, Creative Studio
Printed at Rathna Offset, Chennai, India

நன்றி

சிவகுருநாதன் செந்தமிழ் நூல் நிலையம்,
கும்பகோணம்

முன்னுரை

இலக்கியத்தில் பல பகுதிகளிலும் துறைகளிலும் வழிகாட்டியாக இருந்து வந்திருக்கிறது பிரெஞ்சு இலக்கியம் என்று சொல்வது மிகையாகாது.

பத்துப் பதினைந்து தலைமுறைகளாகவே இலக்கிய உலகில் தலைமை வகித்து வந்திருப்பது பிரெஞ்சு மொழி இலக்கியம்தான். இலக்கிய வளர்ச்சி மற்ற நாடுகளில் இரண்டு மூன்று அல்லது நான்கு தலைமுறைகள் ஒரே வேகமாக இருந்திருக்கும். மறுபடியும் வறண்டுவிடும். அப்படி இல்லாமல் ஒரே நிதானமாக வளர்ந்து உலகுக்கெல்லாம் வழிகாட்டியாகப் பல துறைகளிலும் சேவை செய்து வந்திருக்கிறது என்று பிரெஞ்சு மொழி இலக்கியத்தைச் சொல்லவேண்டும்.

இவ்வளவு வளத்துக்கும் வாரிசாகப் பிறந்த இன்றைய பிரெஞ்சு இலக்கிய ஆசிரியர்களைப் பாக்கியசாலிகள் என்றுதான் சொல்லவேண்டும். பாக்கியசாலிகள் என்று சொல்லுவதுடன் நிறுத்திவிட்டால் போதாது. அவர்கள் பொறுப்பும் மகத்தானது என்று சொல்லித்தானே ஆகவேண்டும்? பின்னால் உள்ள வளத்துக்கெல்லாம் ஏற்றபடியாகச் சிருஷ்டி செய்யவேண்டியவர்கள் அவர்கள். தரம் மற்றதற்கெல்லாம் ஏற்றதாக இல்லாவிட்டால், போட்டியில் தோற்று, பெயர் தெரியாமல் அழிந்துவிடுவார்கள்.

இருபதாம் நூற்றாண்டின் முதற் பாதியில் மட்டும் சொல்லப் போனால் பிரெஞ்சு இலக்கியத்தை வளப்படுத்தியவர்கள் என்று நூறு பேர்வழிகளுக்கு மேல் பெயர் சொல்லியாகவேண்டும். இந்த நூறு பேர்வழிகளில் மதிப்புக்கு ஏற்றபடி வரிசைப்படுத்தினால்

முதல் வரிசையில் அதாவது முதல் பத்துப்பேர் வழிகளுக்குள் இருப்பார், தபால்காரன் என்கிற இந்த நாவலின் ஆசிரியரான ரோஜர் மார்டின் தூ கார்டு.

இலக்கிய ஆசிரியர்களிலே தங்கள் வாழ்நாட்களிலேயே ஒரு தனிப்பட்ட பெயரையும் புகழையும் ஈடு இணையற்ற ஸ்தானத்தையும் அடைந்து விடுகிறவர்களை அதிருஷ்டசாலிகள் என்று விசேஷமாகக் கொண்டாட வேண்டும். அந்த விசேஷ மரியாதையையும் அடைந்தவர் ரோஜர் மார்டின் தூ கார்டு. பிரெஞ்சு இலக்கியத்தின் மேதைகள் என்று நோபல் பரிசுகள் பெற்றுக் கௌரவிக்கப்பட்ட நாவலாசிரியர்கள் வரிசையிலே அவரும் இடம்பெற்றார். ரோமேன்ரோலந்து, அனடால் பிரான்சு முதலியவர்களுடன் அவருக்கு இடம் கிடைத்தது எவ்வளவு சரியான விஷயம் என்பதை அவருடைய நாவல்களில் எதையும் படித்தவர்களுக்குச் சுலபமாகவே தெரியும். ழீன்பராய், திபோக்கள், கோடை 1914 முதலிய நாவல்கள் அவர் மேதைமைக்கு அழியாத சான்றுகள்.

அவருடைய மேதைமையின் உச்சிக் காலத்திலே அவர் எழுதிய நூல் 'தபால்காரன்' என்னும் இந்த நாவல். ஒரு பிரெஞ்சு கிராமத்தின் வாழ்க்கைச் சித்திரம் என்று அவர் குறிப்பிடுகிற இந்த நாவலில் தூ கார்டின் இலக்கிய மேதைமை பூராவும் காணக்கிடக்கிறது. மிகவும் பல பாத்திரங்களை, லேசாக ஆனால் பூரணமாக உருவாக்கி நம் கண்முன் கொண்டுவந்து நிறுத்தியிருக்கிறார் தூ கார்டு. கிராமத்து வாழ்க்கை என்னும் சரடும், தபால்காரன் ழாய்னுவும் இந்தக் கிராமத்து மக்களைப் பிணைத்துத் தருகிறார்கள் நமக்கு. கிராமத்து வாழ்க்கையைப் பற்றி ஆஹா ஊஹூ என்று புகழாமல், அந்தோ பரிதாபம் என்று துயரம் உண்டாக்காமல் எழுதப்பட்டிருக்கிற நூல், உலக இலக்கியத்திலேயே இது ஒன்றுதான் என்று சொன்னால் மிகவும் பொருத்தமாக இருக்கும். இந்த நாவலில் ஆசிரியர் நமக்கு அறிமுகம் செய்து வைக்கும் கிராமத்து மக்களை நாம் வெகு நாளைக்கு மறக்க முடியாது என்பது திண்ணம்.

க.நா.சுப்ரமண்யம்

1

மூாய்னு தீக்குச்சியைப் பற்ற வைத்தான்.

எரிச்சலுடன் லாமெலி சுவர்ப்பக்கம் திரும்பிப் படுத்துக்கொண்டாள்.

“மணி என்ன?”

“மணி அடித்துப் பதினைந்து நிமிஷம்.”

அவன் சோம்பல்முறித்தான். உறுமினான். படுக்கையிலிருந்து எழுந்தான். ஜன்னல் கதவுப் பலகைகளைத் திறந்தான். சூரியன் உதித்துவிட்டது. கிராமத்துத் தபால்காரனைவிடச் சூரியன், ஜுலை மாதத்தின் கடைசி நாட்களில், அதிகச் சுறுசுறுப்பாக இருந்தது. வானம் வெண்மை கலந்த சிவப்பு வர்ணமாக இருந்தது. தூக்கத்தில் ஆழ்ந்திருந்த வீடுகளும் அதே வர்ணமாகத்தான் இருந்தன. யாரும் நடமாடாத சதுக்கத்திலே எழுந்த புழுதியும் அதே வர்ணந்தான் இருந்தது. மாலையில் போலவே இப்போதும் சதுக்கத்தில் மரங்கள் நீண்ட நிழல்களைச் சாய்த்தன.

மூாய்னு கால் சட்டைகளைப் போட்டுக்கொண்டு வெளியே கொல்லைப் பக்கம் போய் ஒன்றுக்கு இருந்து விட்டு வந்தான். ராட்சசன் மாதிரி உருவம் படைத்தவன் அவன். அவன் உடம்பெல்லாம் மயிர் அடர்ந்திருந்தது. காற்றும் புழுதியும் வெயிலும் கலந்து முதலில் சிவப்பாக இருந்த அவன் தலைமயிரை வர்ணம் போகச் செய்து விட்டன. அவன் முகமும் தாமிர வர்ணமாகிவிட்டது.

மூன்று நிமிஷங்களில் அவன் தயாராகிவிட்டான் உடைகள் அணிந்து கொண்டுவிட்ட தபால்காரன் தொப்பி முதல் கால்சராய் வரையில் அணிந்து கொண்டு விட்டான். நாள் பூராவுக்கும் அதுதான் அவன் உடை.

மெல்லிய ஒரு சட்டை அணிந்து கோடைக் காலத்தில் தூங்குவாள் லாமெலி, கொழுத்த ஒரு தோள்பட்டை சட்டைக்குள்ளிருந்து வெளிப்பட்டுத் தெரிய அவள் புரண்டு படுத்துச் சொன்னாள்:

“சப்தம் இவ்வளவு செய்யாதே. ஜோசப் விழித்துக்கொண்டு விடுவான்.”

கன்னாரிடம் வேலைக்கு அமர்ந்து வேலை கற்றுக்கொண்டிருந்த ஜோஸப், மேலே மச்சில் படுத்து உறங்கிக்கொண்டிருந்தான். அந்த மச்சுக்கு வேறு உபயோகம் கிடையாது. ஏனென்றால் நம் தபால்காரனுக்குக் குழந்தைகுட்டி கிடையாது.

மூாய்னு தன் மனைவிக்குப் பதில் எதுவும் சொல்லவில்லை. பையன் எழுந்துவிட்டால்தான் என்ன கொள்ளை போய்விடும்? பையன் கூட அதைப்பற்றி அதிகமாகக் கவலைப்படமாட்டானே! சட்டையை மட்டும் மாட்டிக்கொண்டு பையன் வெறுங்காலுடன் மேலே நடந்து கொண்டிருந்த சப்தம் கேட்டது. அவன் முன்னமே எழுந்து விட்டான். கீழே என்ன சப்தம் கேட்கிறது என்று கவனிக்க அவன் காதைத் தீட்டிக் கொண்டிருப்பான்.

தபால்காரன் வெளியே போய்விட்டான் என்று தெரிந்ததும் மச்சிலிருந்து குரங்கு மாதிரி இறங்கி வந்தான் பையன். படுக்கை அறையின் வாசற்படியில் நின்றுகொண்டு கேட்டான்: “மாடம் மூாய்னு, மணி என்ன?”

அவன் வருவான் என்று அவளுக்குத் தெரியும் காத்திருந்தாள். நிதானமற்றவளாக மூச்சை வெகுவேகமாக இழுத்து விட்டுக்கொண்டே பதிலளித்தாள் அவள். கதவு தாழிடாமல் வெறுமனேதான் சாத்தியிருந்தது.

“மணி அடித்து அரை மணி ஆகிறது.”

கண்ணாடியாலான கதவாக இருந்தால்கூட அவன் உருவம் அவ்வளவு தெளிவாகத் தெரிந்திராது அவளுக்கு. கற்பனையில் அவன் வெளியே நிற்பதை அவ்வளவு தெளிவாகக் கண்டாள்

அவள். கோழிக் குஞ்சின் மார்பு போல வெளிறிட்டிருந்த அவன் மார்பிலே சட்டை பொத்தான் போடப்படாமல் திறந்து இருக்கும். அவன் கண்கள் மூடிமூடித் திறக்கும். அவனுடைய தடித்த பெரிய உதடுகள் பாதி திறந்திருக்கும்.

ஒரு விநாடி மௌனத்துக்குப் பிறகு, "சரி" என்றான் அவன். இன்னும் ஒரு நிமிஷம் ஏதாவது சப்தம் கேட்கிறதா என்று நின்று கவனித்தாள். மௌனத்தை இருவருமே காது கொடுத்துக் கவனித்துக்கொண்டு நின்றார்கள். பிறகு, அசடு அவன்! மூன்று எட்டில் மீண்டும் மச்சுக்குப் போய் விட்டான் அவன்.

மாடம் மூாய்னுவின் காதில் அவன் தன் மச்சுக் கதவைச் சாத்திக்கொண்டு படுக்கையில் போய் விழுகிற சப்தம் கேட்டது. பெருமூச்சு விட்டாள்

அவள். முதுகை வளைத்துச் சோம்பல் முறித்தாள். கொட்டாவி விட்டாள் பிறகு எழுந்து, கதவைத் தாழிட்டு விட்டு, காலைக் கடன்களைக் கவனிக்கலானாள்.

மாய்ப்பறு தபாலாபீஸ் ரெயில்வே ஸ்டேஷனிலிருந்து ஐந்து நிமிஷ தூரத்தில் இருக்கிறது. ஆனால் தபால் ஆபீஸிலிருந்து ஸ்டேஷனுக்குப் பதினைந்து நிமிஷ தூரம் இருக்கிறது. ஏனென்றால், லாரண்ட் சரிவிலே ஏறிப் போயாக வேண்டும்.

தபால் பையைத் தோள்மேல் போட்டுக் கொண்டு, சப்தம் எதுவும் செய்யாமல், மூாய்னு நிசப்தமாக இருந்த வீடுகளுக்கிடையே நடந்து சென்றான்.

கிராமம் என்பதில் அந்த ஒரே ஒரு தெருவுதான் உண்டு. அகலம் அதிகமில்லாத குறுகிய கிராமந்தான் அது. கிராமத்தின் மத்தியில் ஆலயத்தைச் சுற்றி ஒரு வளைவு வளைந்து விரிந்து அகலமாயிற்று. அந்த நேரத்தில், மாய்ப்பறு கிராமம் உறங்கிக் கொண்டுதான் இருந்தது. சதுக்கத்தின் மத்தியில் இருந்த ஹோட்டலின் சொந்தக்காரன் பாஸ்ஸேதான். வழக்கமாகச் சீக்கிரம் எழுந்திருப்பவன். அவன் கூட இன்னமும் தன் ஜன்னல்களைத் திறந்தபாடில்லை. ரொட்டிக் கிடங்கும் அடைத்துத்தான் கிடந்தது. ரொட்டிக்காரர்கள் இருவருமே பிரம்மசாரிகள் பெர்லாவின் என்கிற பெயருடைய சகோதரர்கள். அவர்கள் தங்களை அதிகமாகச் சிரமப்படுத்திக் கொள்வது கிடையாது. ஆனால்

ரொட்டி சுடுவதற்கு இரவு பூராவும் அவர்கள் மாற்றி மாற்றி அடுப்பண்டை காவல் காத்துத்தான் ஆகவேண்டும். ஆனால் அதிகாலையில் இந்த நேரத்தில் அவர்களுக்கு எவ்வித வேலையுமே கிடையாது. ஒருவன் ரொட்டியைச் சுட்டு முடித்துவிட்டான்; மற்றவன் இன்னும் சுட்ட ரொட்டியை விற்க ஆரம்பிக்கவில்லை.

இதற்கு எதிர்மாறாக, பெஜூ அதிகாலையிலே எழுந்துவிடுவான். அவன் இதற்குள்ளாகவே எழுந்து தன் மரத் தொட்டியின் முன் விறகு பிளந்து கொண்டிருந்தான். தினமும் விறகைப் பிளந்து போட்டுவிட்டுத்தான் அவன் தன் தினசரி வேலைகளைக் கவனிக்கத் தொடங்குவான்.

"மார்னிங், பெஜூ" என்று கூவினான் மூாய்னு.

பெஜூவின் கடமை கிராமத்தின் தெருவைச் செப்பனிட்டுச் சுத்தமாக வைத்துக் கொள்வது. அவன் முதுகு டானா மாதிரி வளைந்திருந்தது. தலையை ஆட்டிப் பதில் சொன்னான் பெஜூ, ஏதோ பெரிய மூட்டை தூக்குபவன் போல அவன் முதுகு எப்போதும் வளைந்தேதான் இருக்கும். மிகவும் விந்தையான ஆசாமி இந்த பெஜூ. முந்திய வருஷம் ஒரு சமயம் பதினேழு நாட்கள் அவன் எங்கேயோ மறைந்துவிட்டான். பதினேழு நாட்கள்! அவன் எங்கே போனானோ? யாருக்குத் தெரியும்? போலீஸ்காரர்கள் விசாரணை செய்யவேண்டியதாக இருந்தது. காணப்படாமல் போய்விட்டான் என்று நகர அதிகாரிகள் அவனைப்பற்றிக் குறிப்பு எழுதிக்கொண்டார்கள். பிறகு ஒரு நாள், போனமாதிரியே திடுதிடுப்பென்று அவன் திரும்பி வந்துவிட்டான். வழக்கம் போல அவன் சைக்கிள், தெரு ஓரத்தில் சாக்கடையில் இறக்கிச் சாய்த்து வைக்கப்பட்டிருந்தது. புல்தரையில் அவன் சோற்றுமூட்டை வழக்கப்படி காத்திருந்தது அந்தப் பதினேழு நாட்களில் என்ன நடந்ததென்பது யாருக்கும் தெரியாது. மூாய்னுவுக்குக்கூடத் தெரியாது வில்லெகிராந்து நகரிலிருந்து யாராவது குட்டியுடன் ஷோக்காகக் காலங்கழித்தானா? அல்லது தனியாகத் தானே தான் போனானா? மறைந்துவிடுவது என்ற யோசனை எப்படித் தோன்றியது அவனுக்கு? எல்லாரையும் விட்டு ஓடிவிடத் துணிந்துவிட்டான் நாலு குழந்தைகள், உடல் நலிந்த மனைவி, எசமானர்கள், தெருவைச் செப்பனிட அவனுக்கு உதவிய தள்ளுவண்டி எல்லாரையும் விட்டுவிட்டு ஓடிவிடுவது

என்று அவன் தீர்மானித்து விட்டானா? அவற்றை எல்லாம் மறந்துவிட்டு, எங்காவது போய்ப் புது வாழ்வு தொடங்குவது என்று அவன் கிளம்பிவிட்டானா? அப்படிப் போனவன் ஏன் திரும்பி வந்தான்? செய்தது தவறு என்று மனம் வருந்தி வந்தானா ஏழைமையும் பணமில்லாமையும் மீண்டும் அவனை இங்கே துரத்திக் கொண்டு வந்தனவா? அல்லது வழக்க வேகமா? ஆனால் அவனுக்கு அதிருஷ்டம் இருந்தது. ஊர் மேயர் அவனை மீண்டும் பழைய வேலைக்கே அமர்த்திக்கொண்டதும் அதிருஷ்டந்தான் இல்லையா?

கிராமத்தின் கடைசி வீடுகளைத் தாண்டினான் ழாய்னு. அதற்கப்பால் இருந்தது கல்லறைத் தோட்டம். கல்லறைகளுக்கு மத்தியிலே நின்றது யுத்த நினைவுச் சின்னம். அதில் செதுக்கியிருந்தது. ஒரு புன்சிரிப்புடன் துப்பாக்கியைத் தூக்கிக் கொண்டு எதிரியைத் தாக்கும் ஒரு வீரனின் உருவம். அந்த உருவமும் ழாய்னுவும் பழைய நண்பர்கள்; சீதோஷ்ண நிலையை அறிவிக்கும் உஷ்ண மானியாக உதவியது அந்த உருவம், மழை பெய்கிற நாட்களில் அது கறுப்பாக மாறும். பனி பெய்கிற நாட்களில் அது ஸ்லேட் கலராக மாறும். சூரியன் காய்ந்தால் அது பூராவும் நீலமாக மாறிவிடும்; ஆகாய வர்ணமாக மாறும்; அந்த உருவத்தின் தலைக் கவசம் பளபளக்கும்.

ழாய்னு தன் சைக்கிளில் வேகமாகக் காலை அழுத்தினான். யூலெத் ஆற்றைக் கடக்கும் மரப் பாலத்தை அதிசீக்கிரமே தாண்டிவிட்டான். அதற்கு அப்பால் பெரிய ஆற்றுக்கும் சின்ன ஆற்றுக்கும் இடையில் உள்ள சதுப்பு நிலத் தீவைக் கடந்தாக வேண்டும். அதிகாலை வெளிச்சத்தில் பனிமயமாகக் காட்சியளித்தது அந்தப் பகுதியெல்லாம். அதைத் தாண்டிப் பெரிய யூல் ஆற்றுப்பாலத்தைக் கடக்க அவன் மிகவும் கவனமாகச் சைக்கிளைக் காலால் அடித்துத் தள்ளவேண்டியதாக இருந்தது. உயரமாக வளைந்து எழுந்த பாலம் கல்லால் ஆனது. அதற்குப் பிறகு வந்ததுதான் மலைச் சரிவிலே ஏற்றம். வயல்களில் காக்கைகள் சிறகடித்துப் பறந்து கொண்டிருந்தன. வயல்வெளியெல்லாம், சுத்தமாகக் காட்சியளித்தது. பறவைகள் பல தினுசான குரல்கள் கொடுத்தன; உரக்கப் பாடின. பகலில் உஷ்ணம் அதிகமாக இருக்கும் என்று தோன்றிற்று. ஆனால் அந்த உஷ்ணம் இன்னும் உயர வானத்தில்தான் இருந்தது. பாதையிலே காற்று மிருதுவாக,

அமைதியாகப் படர்ந்திருந்தது. வசந்தத்தில் இருப்பதுபோலக் குளுமையாக இருந்தது. புழுதி படிந்த புல் அடர்த்தியாகக் கரைகளில் வளர்ந்திருந்தது. முந்திய நாளின் உஷ்ணமும் ஆடுமாடுகள் கடித்துத் தின்றதுமாக அது ஓரிடத்தில் அதிக உயரமாகவும் ஓர் இடத்தில் அவ்வளவு உயரமில்லாமலும் வளர்ந்திருந்தது. இரவில் பசுமை அதிகமாகக் கூடியிருக்கும் என்று எதிர்பார்க்கலாம். அப்படியும் சொல்லலாம் என்று தான் தோன்றுகிறது. பனித் துளிகள் உலகையே சுத்தம் செய்துவிட்டன என்று சொல்ல வேண்டும்.

மலைச்சரிவிலே முன்னால் சாய்ந்துகொண்டு, சைக்கிளிலிருந்து இறங்கித் தள்ளிக்கொண்டு நடந்தான் ழாய்னு. அந்தப் பாதையில் ஒவ்வோர் அடியும் தெரியும் அவனுக்கு. பள்ளம், மேடு, வரப்புகள், ஒட்டுப்போட்ட இடங்கள், கல் குவியல்கள், குப்பை சத்தை சேர்ந்திருக்கும் இடம் எல்லாம் தெரியும் அவனுக்கு, அவனுக்கும் அவன் சிந்தனைக்கும் இடையில் எதுவும் வராது. பாதை திரும்புகிற இடத்தில் மட்டும் சிறிது நேரம் நின்று வயல்வெளிகளின் பக்கம் ஒரு சொந்தக்காரனின் பார்வை பார்ப்பான். லாரண்ட் மலைச்சரிவிலே அதோ அந்த இடத்திலேதான் அவனுடைய திராட்சைத் தோட்டம் இருந்தது. அதோ அந்த வால்நட் மரத்துக்கு அப்பால் அந்தப் பீச் மரங்களுக்கு இப்பால், இடையில் நின்றதுதான் அவன் தோட்டம்.

மணி அடிக்க ஐந்து நிமிஷம் இருக்கும்போது ரெயில் வந்துவிடும். தபால்காரன் எப்பொழுதுமே அதற்குச் சிறிது நேரம் இருக்கும்போதே ஸ்டேஷனை அடைந்துவிடுவான். பன்னிரண்டு வருஷங்களில் ஒரே ஒரு தடவைதான் மூன்று நிமிஷங்கள் லேட்டாக வந்தான் அவன். ரொட்டிக்கிடங்கு தீப்பிடித்துவிட்டது என்று அவன் எண்ணிய அன்றுதான் காலதாமதமாகிவிட்டது. ஆனால் ழாய்னுவுக்குக்கூட அன்றிரவு அந்த ரொட்டிக்காரர்கள் என்னத்தைத்தான் அடுப்பில் போட்டு எரித்தார்கள் என்பது ஆச்சரியமாகத்தான் இருந்தது. சாதாரண மரக்கட்டை அல்ல அது! உதிர்ந்த பழைய ரொட்டித் துண்டுகளும் அல்ல. சிலர் நினைத்த மாதிரி பல பூனைக் குட்டிகளை அடுப்பில் போட்டு எரித்தார்களோ! அப்படியும் இருக்கலாம் ஏதோ உடல் வேகும் நாற்றம் எங்கும் வீசியது.

அப்பால் உள்ளதுதான் ரெயில்வே ஸ்டேஷன். குன்றின் சரிவில் ஓரத்திலே இருக்கிறது அது. ப்ளேன் மரங்களுக்கு மத்தியிலிருந்து புகை மெல்லிய தூணாக வானை நோக்கி எழுந்து கொண்டிருந்தது. பிரம்மசாரியான ஸ்டேஷன் மாஸ்டர் காபி போடுவதற்காகத் தம் அடுப்பை மூட்டிக்கொண்டிருந்தார்.

2

ஸ்டேஷனில் பிரயாணிகள் காத்திருக்கும் அறை இரவு பூராவும் மூடிக் கிடந்தது. சுங்கான் புகையிலை புகைந்த நாற்றமும், அழுக்கடைந்த - துணிகள் நாற்றமும் கலந்து பரிமளித்து நின்றது அந்த அறையிலே.

கூட்ஸ் வண்டிகள் வந்து நிற்கும் ஓரத்திலே ப்ளமார்ட் தன் கைவண்டியில் கறிகாய்க் கூடைகளை ஏற்றிக்கொண்டிருந்தான். போர்ட்டர் ப்ளமார்ட் ராட்சஸ உருவம் படைத்தவன். காலத்துக்குமுன் கறிகாய்களை உற்பத்தி செய்து கொணர்ந்து தந்தவன் லூடர் என்னும் வியாபாரி. அவனும் அவன் ஆட்களில் ஒருவனும் இப்போது ஒரு லாரியிலிருந்து கறிகாய்க் கூடைகளை இறக்கிப் போர்ட்டரிடம் தந்து கொண்டிருந்தார்கள்.

மூாய்னு போய் அந்த மூவரையும் அணுகினான்.

“அந்தப் பாதையிலே இன்னும் சிறிது நேரத்துக்கெல்லாம் மிகவும் உஷ்ணமாகிவிடப் போகிறது என்று எனக்குத் தோன்றுகிறது.”

வேர்க்க விறுவிறுக்க வேலை செய்துகொண்டிருந்த ராட்சஸப் போர்ட்டர் தன் வேலையை நிறுத்தாமல் சொன்னான். “உஷ்ணம் மிகவும் மோசமாகத்தான் இருக்கும்போல் இருக்கிறது!”

லூடர் முகத்திலும் வேர்வை வழிந்தது. ஆனால் அவன் அந்த உஷ்ணத்தை உஷ்ணம் என்றே ஒப்புக்கொள்ள மறுத்தான்.

உஷ்ணம் அதிகம் ஆக ஆகக் காய்கறி உற்பத்தி அதிகமாகிறது. அவன் உஷ்ணத்தைப் பாராட்டுவது தவறு இல்லையா? தண்ணீர் ஊற்றிக்கொண்டே வந்தால் அந்த உஷ்ணமே கறியும் காயுமாக விளைந்துவிடாதா? லூடரின் காய்கறித் தோட்டத்தின் மத்தியில் இருந்த கிணற்றில் என்றும் தண்ணீர் வற்றியதாகத் தெரியவில்லை.

இனிய மணம் கமழ்ந்த முலாம் பழங்கள் நிறைந்த கூடையைத் தராசில் நிறுக்க எடுத்துப் போனான் ப்ளமார்ட். ஸ்டேஷன் மாஸ்டர் அறையில் போய், கூடைகளை அனுப்புவதற்குத் தேவையான நமூனாக்களை எழுதப் போனான் லூடர்.

லூடரின் ஆளுடன் தனியாக விடப்பட்ட தபால்காரன் ஒரு சிகரெட்டை எடுத்து உருட்டினான். மெதுவாக அவசரப்படாமல் உருட்டினான்.

"ஆமாம். வழி நெடுக ஒரே உஷ்ணமாகத்தான் இருக்கப் போகிறது, பாரேன் ப்ரிட்ஸ். நான் சொல்லுகிறேன், பாரேன்."

லூடரின் ஆள் லாரியின்மேல் தார்ப்பாயைப் போட்டு இழுத்துக் கட்டினான். முடித்துவிட்டு, "உஷ்ணம்! ஆம் உஷ்ணமாகத்தான் இருக்கும்" என்றான்.

ப்ரிட்ஸி பவேரியா தேசத்தவன். சண்டைக்குப் பின் அவன் பிரான்சிலேயே தங்கிவிட்டான். பார்ப்பதற்கு விசித்திரமானவன் அவன்; ஒரு பக்கம் மட்டுமே வளர்ந்தவன் போலக் காட்சியளிப்பான் அவன். அவன் உடம்புக்கு அவன் தலை மிகவும் பெரியது. அவன் கனத்தைத் தாங்க மாட்டாமல், அவன் கழுத்து எப்போதும் ஒரு பக்கமாகச் சாய்ந்து இருக்கும். அவனுடைய நீண்ட மெல்லிய கழுத்து, கோழிக்குஞ்சினுடைய கழுத்தைப் போல இருக்கும். என் கழுத்தை நெறி என்று கூவியழைக்கிற கோழிக்குஞ்சினுடையதைப் போல இருக்கும். அவன் கண்கள் கனவு காண்பவனின் கண்கள். ஏசு கிறிஸ்துவின் தாடியைப் போன்ற ஒரு தாடியுடன் இருந்த அவன் முகம் பார்ப்பதற்கு என்னவோ சரியாகத்தான் இருந்தது. ரெயில்வே பிளாட்பாரத்தில் உட்கார்ந்து கொண்டு அவன் மெதுவாகத் தனக்குத் தானே பாடிக்கொள்ளத் தொடங்கியதும் அவனுடைய வைக்கோல் தொப்பி அவனுக்கு ஏற்றதாகத்தான் காட்சியளித்தது. பூஜ்யர்களின் தலையைச் சுற்றிப் படங்களில் ஓர் ஒளிவட்டம் போடுவார்களே, அதுபோல அவன் தலையைச் சுற்றி அந்தத்

தொப்பி ஒரு வட்டமாக அமைந்திருந்தது. வெண்கலம் போல வர்ணம் பெற்றிருந்த தன் முகத்தில் எவ்விதச் சலனமும் இல்லாமல், தபால்காரனைப் பார்த்துக்கொண்டு உட்கார்ந்திருந்தான் அவன். கனவு கண்டுகொண்டே பேசுபவன் போல, ஒரு லட்சியமற்ற பாவத்துடன் அவன் புன்சிரிப்புச் சிரித்துக்கொண்டே சொன்னான்: “ஆம், உஷ்ணமாகத்தான் இருக்கப்போகிறது, மோசியோ ழூாய்னு.”

தபால்காரன் ப்ளமார்ட் இருக்கிற இடத்துக்குப் போனான். போர்ட்டர் தனியாகத் தராசுக்கு எதிரில் நின்று கறிகாய்க் கூடைகளை எடை போட்டுக் கொண்டிருந்தான். தவறு எதுவும் நேர்ந்துவிடாதிருப்பதற்காக அவன் உரக்கவே எடையைப் போட்டுக் கூட்டிக் கொண்டிருந்தான் “இருநூற்றைம்பதும் இருபதும் இருநூற்று எழுபதும் இரண்டும் இருநூற்று எழுபத்திரண்டு...” செம்மறியாட்டின் முகம்போல இருந்த அவன் முகத்தில் சதை வாட்டியெடுத்த மாமிசம் போல இருந்தது. அவன் கன்னத்து எலும்புகள் குத்திட்டு நின்றன. அவன் நெற்றி, பட்டையாக, செங்குத்தாக இருந்தது. இரண்டுக்கும் இடையில் அவன் கண்கள் சூழ்ந்து குழிகளில் காணப்பட்டன; சிறிய வட்டமான நீலக் கண்கள்; அசட்டுக் கண்கள். குடிகாரனின் அசட்டுத்தனமும், ஒரே சிந்தனையுள்ள ஒரு மனிதனின் அசட்டுத்தனமும் அவன் கண்ணிலே தெரிந்தன.

எடை போடுவதை நிறுத்திவிட்டு, “உன்னோடு ஒரு வார்த்தை பேச வேண்டும்” என்றான் ப்ளமார்ட்.

விளக்குகள் வைத்திருக்கும் அறைக்குள் அவனைத் தொடர்ந்து சென்றான் ழூாய்னு.

பொதுவாகச் சொல்லப்போனால், ரெயில்வே ஸ்டேஷன் என்பது எல்லாருக்கும் பொதுவான இடந்தான். இருந்தாலும் தன் சொந்த உபயோகத்துக்கென்று அந்த அறையின் ஒரு பகுதியைப் போர்ட்டர் வைத்துக் கொண்டுவிட்டான். அழுக்குக் கந்தைகள், புகையேறிய விளக்குகள் எல்லாவற்றிற்கும் மத்தியில் அவன் சௌகரியமாகக் குடித்துக்கொண்டு தன் சிந்தனையைத் தொடர்ந்து கொண்டு பொழுதைப் போக்கிக்கொண்டிருந்தான் ஒவ்வொரு நாளும் அதிகாலையில் ரெயில் வருமுன் தபால்காரனை அழைத்துக்கொண்டு அங்கே போய் உட்கார்ந்து கொண்டு லேசான உண்டி, குடி ஏதாவது தருவான். மற்றது எப்படியானாலும்

அவன் சௌகரியங்களை அவன் மனைவி சரியாகக் கவனித்துக் கொண்டாள்; அவள் கொடுத்து அனுப்புகிற உணவுப் பொட்டலத்திலே இருவருக்கு வேண்டிய உணவுப் பண்டங்கள் நிச்சயமாக இருக்கும். மூாய்னுவுக்கு இதில் மொத்தத்தில் லாபந்தான்; காலை உணவு போர்ட்டர் செலவில் ஆகிவிடும் அவனுக்கு.

கரியேறிக் கிடக்கும் மேஜையின் மேல் ரொட்டித் துண்டுகள், ஒரு லிடர் மது, ஒரு டப்பா நிறைய கபார்டைன்கள் எல்லாவற்றையும் எடுத்துவைத்தான் ப்ளமார்ட். இரண்டு பேரும் சாப்பிட உட்கார்ந்தார்கள். வெளியே ஸ்டேஷன் மாஸ்டர் அறையிலிருந்து ஒரு சிறு மணி ஒலித்தது காதில் விழுந்தது.

“இப்பொழுதுதான் மெஸுவை விட்டுக் கிளம்பியிருக்கிறது” என்றான் மூாய்னு.

இடது கையில் ஒரு நீள ரொட்டித் துண்டை வைத்துக் கொண்டு, மிகவும் பழமையான சடங்குகளில் முழுமனத்துடன் ஈடுபட்டவர்கள் போல, அவர்கள் இருவரும் உணவைத் தின்னத் தொடங்கினார்கள். முதலில் ப்ளமார்ட்டும், பிறகு மூாய்னுவும் ரொட்டியின்மேல் பசையைத் தடவி, ஒரு பெரிய துண்டை வெட்டி வாயில் திணித்துக்கொண்டார்கள். பல்லால் அதைக் கடித்து மெல்லுமுன் தங்கள் மீசையைப் பின்னங் கைகளால் துடைத்துக் கொண்டார்கள்.

போர்ட்டர் ரொட்டியைத் தின்னுவதை நிறுத்திவிட்டுத் தபால்காரன் பக்கம் சாய்ந்து சொன்னான்: “புதிதாக வந்த விஷயம் தெரியுமா? மச்சு அறையை ஒழித்துத் தயார் செய்ய வேண்டும் என்று ஆரம்பித்துவிட்டான்.”

மூாய்னு கத்தியும் கையுமாகச் சிறிது நேரம் யோசனையில் ஆழ்ந்திருந்தான், “எதற்காக?” என்றான்.

“அதை யாருக்காவது வாடகைக்கு விடப் போகிறாளாம்.”

மனிதன் கழுத்தைப் பிடித்து நெரித்துவிடும் சக்தி வாய்ந்த விரல்களைச் சொடுக்கினான் ப்ளமார்ட். கைகளைப் பிசைந்துகொண்டே சொன்னான்; “கூடாது என்றேன் நான்.”

மூாய்னு மிகவும் ஜாக்கிரதையான மனிதன். பேச்சைப் பொது விஷயங்களை விட்டு நகராமல் பார்த்துக்கொள்ள முயன்றான்.

“வாடகைக்கு விடுவதானால், நீ லைசன்ஸ் வாங்க வேண்டும்.”

“விஷயம் அதுவல்ல. அதெல்லாம் பற்றி அவள் தீர விசாரித்து வைத்திருக்கிறாள். பெண் நாய் அவள். அவளுக்கு அதுபற்றி உன்னையும் என்னையும்விட அதிகமாகத் தெரியும், செலவெல்லாம் போக மாதத்துக்கு முந்நூறு முந்நூற்றைம்பது பிராங்குகள் மீதமாகும் என்று கணக்கிட்டுச் சொல்லுகிறாள். முந்நூறு பிராங்குகள் பற்றி யோசித்துப் பார்.” தான் செய்யத் துணிந்த தியாகம் எவ்வளவு பெரிது என்பதைப் பற்றி யோசிக்க அவகாசம் தந்துவிட்டு, ப்ளமார்ட் சொன்னான்: “கூடாது என்று நான் சொல்லிவிட்டேன்.”

“சரி....” என்று தொடங்கினான் தபால்காரன். ஆனால் சொல்ல வந்ததை முடிக்கவில்லை.

இரண்டொரு நிமிஷங்கள் அவர்கள் இருவரும் ஒருவரை ஒருவர் முறைத்துப் பார்த்துக்கொண்டு உட்கார்ந்துகொண்டிருந்தார்கள். எத்தனையோ நாட்களாகப் பாராட்டிய விரோதம் அப்போதுதான் வெளியே வந்தது போலக் கோபமாகப் பார்ப்பது போல இருந்தது. ஆனால் உண்மையில் அப்படி இல்லை. ஒருவர் மனத்தில் என்ன இருந்தது என்பதை மற்றவர் அறிய முயன்று கொண்டிருந்தனர்; அவ்வளவுதான். ஆனால் ப்ளமார்ட்டையும் விடக் கெட்டிக்காரர்களால் கூட பூாய்னுவின் மனத்தில் இருந்ததை அறிந்துகொள்ள முடியாது. தன் மனத்தில் இருந்ததை வெளியே காட்டிக் கொள்ளாமல் இருக்க மிகவும் பழக்கப்பட்டவன் தபால்காரன். அவன் கண்கூட எந்த உணர்ச்சியையும் காட்டிவிடாது. புருவத்திற்கும் இமைக்கும் கீழே ஒளிந்து கொண்டு கண்கள் உண்மையைக் காட்டிக் கொடுக்காமல் இருந்துவிடும். அவசரப்பட்டு அவன் வார்த்தை எதுவும் சொல்லமாட்டான். மீசைக்குப் பின்னால் மறைந்து கொண்டிருக்கும் அவன் வாய்கூட எதையும் காட்டிக் கொடுத்துவிடாது. மிகவும் மெதுவாக ஏதாவது செய்து கொண்டிருக்க வேண்டுமே என்பதற்காக அவன் ரொட்டியைக் கடித்துத் தின்னத் தொடங்கினான். ப்ளமார்ட்டால் சாப்பிட முடியவில்லை. அமைதியில்லாமல் தவித்த அவனால் உணவைக்கூடச் சரிவரக் கடித்துத் தின்ன முடியவில்லை.

ப்ளமார்ட் ராணுவத்தில் சிறிய அதிகாரியாக இருந்தவன். ராணுவம் இருந்த நகரைச் சேர்ந்த ஒரு பெண்ணை அவன் கல்யாணம் செய்துகொண்டான். ரெயில்வேயில் அவன் உத்தியோகம் அவள்

மூலம் கிடைத்ததுதான். ஸ்டேஷனிலிருந்து இரண்டு இரண்டரை மைல் அப்பாலிருந்த ஓர் இடத்தில் அவள் ஒரு கடை வைத்து நடத்திக் கொண்டிருந்தாள். மூன்று ரஸ்தாக்கள் சேர்ந்த ஓர் இடத்தில் இருந்தது அந்தக் கடை. கார்களில் வருகிறவர்கள் பலர் அந்தக் கடையில் சாமான்கள் வாங்கினார்கள். அதன் ஜன்னல் கதவுகள் எப்போதும் சாத்தப்பட்டிருந்தன. உள்ளே என்ன நடக்கிறது என்று வெளியே யாருக்கும் தெரியாது. நாள் பூராவும் அவள் ஒருவர்பின் ஒருவராகத் தன் கள்ளப் புருஷர்களுடன் என்ன செய்தாலும் யாருக்கும் எதுவும் தெரியாது. இது ப்ளமார்ட்டுக்கும் தெரிந்த விஷயந்தான். பொறாமையும் சந்தேகமும் அவனைப் பிடுங்கித்தின்றன. ஆனால் ரெயில் கால அட்டவணையைத் தப்ப அவனால் இயலாது. விளக்குகள் வைக்கும் அறையில் தனக்குள் பொங்கிப் பொரிந்து கொட்டுவதைத் தவிர அவனால் வேறு எதுவும் செய்ய முடியவில்லை. கோபத்துடன் அந்தப் பெண் நாயைப்பற்றி இரைவான் அவன். தவிரவும் அவளுக்குத் தன் காரியம் தெரியும். கடையில் வியாபாரம் நன்றாக நடந்தது. லாபகரமான தொழில் அது. உண்மையில் அந்தக் கடையை விட்டுவிட வேண்டும் என்கிற எண்ணம் ப்ளமார்ட்டுக்குச் சிறிதும் கிடையாது. முந்திய வருஷந்தான் அவன் தபால்காரனிடம் தன் துயரங்களைப்பற்றிப் பேசத் தொடங்கினான். அவளுக்கு வருகிற கடிதங்களையாவது தனக்குக் காட்டித் தபால்காரன் முன்வரமாட்டானா என்று அவனுக்கு ஆசை. காலை உணவில் பாதியைத் தபால்காரனுக்கு லஞ்சமாகத் தர அவன் தயாராக இருந்தான். இதற்குப் பிரதியாக மூய்னு விசேஷம் எதுவுமில்லாத தபால் கார்டு எதையாவது கணவனுக்கு என்றாவது ஒரு நாள் படிக்கத் தருவான். மற்றபடி அவளுக்கு வருகிற கடிதங்களில் எதையும் ப்ளமார்ட்டின் கண்களில் காட்டக்கூட மாட்டான் அவன்.

“வந்துவிட்டுப் போகிறவர்கள் போய்த் தொலையட்டும் அவர்கள் பற்றி நான் எதுவும் செய்வதற்கில்லை” என்றான் ப்ளமார்ட் திடீரென்று, “ஆனால் அவர்களில் யாரையாவது எங்களுடன் குடும்பம் நடத்தச் சேர்த்துக் கொண்டு விட்டாளானால் எனக்குத் தாங்காது.”

அவன் கழுத்து அழுத்தமாகச் சிவந்தது. அவன் கண்கள் கோபத்தில் உருண்டன என்ன என்னவோ காட்சிகள் அவன் கண் முன்

தோன்றின. அவன் மார்பிலிருந்து எதிர்பாராத ஒரு கடமுடாச் சப்தம் கேட்டது.

“என்னிடமிருந்து அவளைப் பிரித்து அழைத்துப் போய்விடுவானே!” என்றான் ப்ளமார்ட்.

மூாய்னு அலட்சியமாகச் சிரித்தான். அப்படி அவன் சிரித்தது தப்புதான். கவனம் அதிகமுள்ளவன்தான் அவன்; எதையும் புரிந்து கொண்டு அதன்படி நடக்கச் சக்தியுள்ளவன் தான். கோபத்தால் அல்ல, துயரத்தாலும் பீதியாலும் பீடிக்கப்பட்டவனாகத்தான் ப்ளமார்ட் இப்படிப் பேசினான் என்பதை அவன் சரிவரப் புரிந்து கொள்ளவில்லை.

வெளியே மணி மீண்டும் ஒரு தரம் அடித்து ஓய்ந்தது. ரெயில் வண்டி வந்து கொண்டிருந்தது.

ப்ளமார்ட் எழுந்தான். தன் கத்தியை ரொட்டியில் நுழைத்து மடக்கினான். “உன்னிடம் சொல்லி வைத்தால் நீ அவளிடம் சொல்லலாமே என்று எண்ணினேன். தபால் எடுத்துக்கொண்டு போகும் போது அவளைப் பார்த்தால் நீயே சொல்.”

“சொல்லுகிறேன்'' என்றான் மூாய்னு. தனக்குத் தானே சிரித்துக் கொண்டான் அவன் எப்படியும் கடைப் பக்கம் அன்று போவதாகத்தான் உத்தேசித்திருந்தான் அவன், மாடம் ப்ளமார்ட்டிடம் சொல்வதற்கு அவனுக்கு விஷயம் இருக்கத்தான் இருந்தது.

கண்ணாடிக் கதவைத் திறந்து கொண்டு வெளியே பிளாட்பாரத்துக்குள் வந்த ஸ்டேஷன் மாஸ்டர். பித்தளைப் பொத்தான்கள் போட்ட ரெயில்வே அதிகாரிகளின் உடுப்பை அணிந்து கொண்டு வந்தார்.

“மார்னிங், தலைவரே” என்றான் தபால்காரன்.

வழக்க வேகத்தில் தம் இரண்டு விரல்களைக் குல்லாய்ப் பக்கம் கொண்டுபோய் வணக்கம் செலுத்தினார் ஸ்டேஷன் மாஸ்டர். “குட்மார்னிங் மூாய்னு.”

அவர் பேசியது பிரியத்துடன் பேசியது மாதிரி இருந்தது. ஆனால் மிகவும் நெருங்கிய தோழமை பாராட்டவில்லை அவர். தம்

பொறுப்புகளை அவர் துயரத்துடன்தான் வகித்துவந்தார் என்பது தெரிந்தது. வட்டமான தோள்களுடன் கைகளைப் பின்கட்டாகக் கட்டிக் கொண்டு, காற்று வெட்டும் யந்திரம் போலத் தம் ரெயிலை வழக்கப்படி சந்திக்க முன்வந்தார் அவர்.

‘தபால்’ என்று போட்டிருந்த வண்டியிலிருந்து ஒரு மனிதன் ஷர்ட்டுக்குமேல் வேறு எதுவும் அணியாமல் வெளியே எட்டிப் பார்த்தான். பூட்டியிருந்த தபால் பை ஒன்று அவன் கையில் இருந்தது.

மூாய்னு பதிலுக்கு ஒரு பையைக் கொடுத்துவிட்டு அவன் கையில் இருந்த பையை வாங்கிக் கொண்டான்.

“மார்னிங், பெர்ழியான்! இன்றைக்கு உங்கள் உத்தியோகந்தான் குளுமையான உத்தியோகம்!” என்றான்.

பெர்ழியான் வயதானவன், பார்ப்பதற்கு ஒடிந்து விழுகிறவன் மாதிரி இருந்தான். ஜன்னல் படியில் சாய்ந்து கையால் சுங்கானைத் தட்டிச் சாம்பலைக் கொட்டிவிட்டு ஒரு தரம் காறி உமிழ்ந்தான். அவன் எதுவும் பதில் பேசவில்லை.

ரெயிலில் ஒரு கோடியில் கறிகாய்க் கூடைகளை வண்டியில் ஏற்றியாகிவிட்டது. ப்ளமார்ட் மேலெல்லாம் வேர்வை வழிந்தோடிக் கொண்டிருந்தது. வண்டி நகர ஆரம்பித்தவுடன் யாரோ பெரிசாகக் கூவினார்கள். கிளம்பிவிட்ட வண்டிக்குள் குதித்து ஒரு கோழிக் கூடையை எடுத்துப் பாதி உயிருடன் இருந்த கோழிகளுடன் பிளாட்பாரத்தில் போட்டான் ப்ளமார்ட். கோழிகள் ஈன சுரத்தில் குரல் கொடுத்தன.

மூாய்னு தன் பைசைக்கிளில் ஏறிக்கொண்டான்.

ஸ்டேஷன் மாஸ்டர் தம் பேப்பர்களை நோக்கிப் போனார். போர்ட்டர் தன் அறைக்குள் போனான்.

யாரும் இல்லாத ப்ளாட்பாரத்தில் மூச்சிழந்த கோழிகள் அந்தக் கூடையில் கவனிப்பாரற்று, செத்துப் போகிற காரியத்தைத் தொடர்ந்து செய்துகொண்டிருந்தன.

3

நகர சபைக் கூடத்தின் கடிகாரம் ஆறரை மணி அடித்தவுடனேயே கிராமம் விழித்து எழத் தொடங்கி விட்டது. கூண்டில் அடைபட்ட அணில்கள் போல, தலைமுறை தலைமுறையாக வந்த பழக்கம், சோம்பலையும் விட அதிகச் சக்தியுள்ளதாக மக்களை எழுப்பி, அங்குமிங்கும் ஓட வைத்தது.

தபால் ஆபீஸுக்குப் பின்னால் இருந்த சமையலறையில் புது ஸோப் வாசனையடித்த லாமெலி சுறுசுறுப்பாகக் காரியம் செய்வதில் ஈடுபட்டிருந்தாள் காரியம் செய்து கொண்டே, ஒரு ரொட்டித் துண்டில் நெய்யைத் தடவித் தின்றுகொண்டிருந்தாள். அவளைப் பார்ப்பதே பசியூட்டுகிற மாதிரி இருந்தது என்று சொல்லவேண்டும். ஏன்? அவளுடைய வெண்மையான பற்களா, வளைந்து சுருண்ட அவள் தலைமயிரா, அவளுடைய மெல்லிய வெண்மையான மேல் சட்டையா, அவள் நடந்த நடையா அவளைக் கண்டவர்கள் மனத்தை மயக்கியது? சற்றுப் பருமன்தான் அவள்; குள்ளமுந்தான். ஆனால் அவள் நடப்பது நாட்டியமாடியது போல இருந்தது.

மூாய்னு வீட்டுத் தோட்டத்தில் வேலை செய்து கொண்டிருந்தான். ஒன்பது மணி வரையில் தபால் பட்டுவாடா காரியத்தை அவன் தொடங்கமாட்டான்.

இப்படிக் கிடைத்த காலை ஓய்வு நேரத்தில் லாமெலி மச்சுக்குப் போய் ஜோஸப்புடைய படுக்கையைத் தட்டிப்போடுவாள். அவன்

தந்த வாடகையில் இந்தச் சேவை சேர்ந்ததில்லைதான். ஆனால் அவன் மிகவும் சின்னப் பையன்தான். வயசு பதினாறுதான் ஆகிறது அவனுக்கு. யாராவது அவனைக் கவனித்துக் கொள்ளத்தானே வேண்டும். நாள் தவறாமல் ஒவ்வொரு நாளும் லாமெலி போய், படுக்கையைத் தட்டிப் போட்டுவிட்டு வருவாள்; ஜோஸப் படுத்திருந்த படுக்கையை எடுத்து உதறிப் போட்டுவிட்டு வருவாள். அவன் உடலின் உஷ்ணம் இன்னமும் அந்தப் படுக்கையில் பதிந்து இருக்கும் போதே போய்த் தட்டிப் போட்டுவிட்டு வருவாள்.

அடிமைத்தனத்தில் அசையாத நம்பிக்கை உள்ளவனாக இருந்தாலொழிய எந்தப் பிரம்மசாரியினாலும் தபால்காரன் வேலையையும், போஸ்ட்மாஸ்டர் வேலையையும் சேர்த்துப் பார்க்க முடியாது. இரண்டு வேலையையும் பார்ப்பவனுக்கு அவசியம் ஒரு மனைவி இருந்தாகவே வேண்டும். அவள்தான் போஸ்ட் மாஸ்டர் அலுவல்களைப் பார்த்துக்கொள்ள வேண்டும். அதற்குத் தேவையான பயிற்சியை அவன் அவளுக்கு அளித்துவிட வேண்டும். மூய்னுதான் லாமெலிக்குத் தபாலாபீஸ் காரியங்களை எல்லாம் சொல்லித் தந்தது. குழந்தைகளில்லாமல் வாழ்க்கை நடத்துவதற்கு அவளைத் தயார் செய்வதுதான் சிரமமான காரியமாக இருந்தது என்று சொல்ல வேண்டும். மிருகங்களில் பெண் இனம் போல, ஸ்திரீகளும் குழந்தைப்பேறு பெறுவதை முக்கியமான விஷயமாகத்தான் எண்ணுகிறார்கள். எனினும் சரியானபடி தபாலாபீஸ் அலுவல்களைக் கவனிப்பதற்கு, தாயாகிற பெண் ஏற்றவளல்ல என்பது தெளிவாகவே எல்லாருக்கும் தெரிய வேண்டிய விஷயந்தான். எத்தனையோ இரவுகள் லாமெலி அழுது தீர்த்துவிட்டாள் என்றுதான் சொல்ல வேண்டும். "குழந்தைகள் வேண்டாம். இரண்டு நாய்களை வளர்த்தால் அவை குட்டி போடும். அவற்றை வளர்க்கலாம்." என்றான் மூய்னு. நாய்க்குட்டிகளை விற்பதில் லாபமும் வரும். அதுவும் சௌகரியந்தானே!

மற்றபடி லாமெலி சுலபமாகவே எல்லாக் காரியங்களையும் சமாளித்துக் கொண்டாள். தந்தி எப்படி வாங்கி அனுப்புவது, ஸ்டாம்பு எத்தனை வேண்டும் என்கிற கணக்கு, மற்ற லெட்ஜர்களை எப்படி எழுதிவருவது என்றெல்லாம் அவளுக்கு மனப்பாடமாகத் தெரியும்.

இரும்புக் கம்பிகளும், அழுக்கடைந்த மூலைகளுமாக இருந்த தபாலாபீஸைச் சிறைக்கூடம் என்று சொல்லவே முடியாது. சுவர்களின் கீழ்ப்பகுதிகளில் நைடர் போட்டுச் சுத்தம் செய்யப்பட்டிருந்து, மேல் பகுதிகளில் தபால் அறிக்கைகளும் போஸ்டர்களும் ஒட்டப்பட்டிருந்தன அங்கு அடித்த வாசனை திருப்தியாகத்தான் இருந்தது; பொது ஸ்தாபனங்களில் அடிக்கும் வாசனை அங்கும் அடித்தது. எப்போதும் ஜனங்கள் வந்து போய்க்கொண்டிருந்தார்கள். எப்போதும் உல்லாசமாக தபாலாபீஸில் பொழுதுபோக்க முடியும். பொழுதுபோக்க முடியும். அதிக நேரம் அங்கு உற்சாகமில்லாமல் இருக்க முடியும்.

ஆலயத்தின் கடிகாரமும் நகரசபையின் கடிகாரமும் எப்போதும் ஒரே மணியைக் காண்பிப்பதில்லை. நகரசபைக் கடிகாரம் பத்து நிமிஷம் அதிகம் காட்டியது. ஆலயத்து ஏழுமணி மணியை மாதமாஸெல் வெர்ண் அடிக்கத் தீர்மானித்தபோது நகரசபைக் கடிகாரம் ஏழு பத்து என்று மணி காட்டிற்று.

ஆலயத்தின் சாவிகள் எல்லாம் மாதமாஸெல் வெர்ணிடந்தான் இருந்தன. அவள் மடாதிபதியின் சகோதரி. சாவிகளைத் தன் தலையணைக்கடியில் ஒளித்து வைத்துக்கொண்டுதான் உறங்குவாள் அவள். ஆலயத்தின் பெரிய கதவிலுள்ள சிறிய கதவைத் திறந்து கொண்டு எதிரொலிக்கும் சுவர்களுக்கு மத்தியில் தினமும் முதலில் நடந்து போவது அவள்தான். ஈடு இணையற்ற பெருமை தந்த சமயம் அது. கடவுள் அவளுக்கு மட்டுமே அப்போது சொந்தம், கடவுளையும் அவளையும் தவிர அப்போது அங்கு யாரும் இல்லை. மிகவும் நம்பகமான ஒரு நண்பனுடன் பேசுகிற மாதிரி கடவுள் அந்தச் சமயத்தில் அவளுடன் பேசினார். அவளுடைய காலில் அணிந்திருந்த மரக்கட்டைகள் கடவுளின் ஆலயத்தில் எதிரொலிகளை எழுப்பின. ஆன்ஜிலஸ் மணியைத் தினமும் காலையில், மணியின் கயிறுகளை இழுக்கமாட்டாமல் இழுத்து கிராமத்தை எழுப்பி அவரவர் காரியத்தைக் கவனிக்கச் செய்தது இந்த மணிதான். மாஸ்ஸுக்கு மணியடித்த பிறகுதான் அவள் சகோதரர் வந்து அவளுடன் கலந்து கொள்வார். அவர் வந்து பலிபீடத்தைத் தயார் செய்து விட்டு நிமிர்ந்து பார்க்கும்போது, இரண்டு நிழலுருவங்கள் மாதமாஸெல் வெர்ணுக்குப் பின்னால் வந்து மண்டியிட்டுப் பிரார்த்தனை செய்யும் அவர்களில் ஒருத்தி பெயர் மாதமாஸெல் மாஸ்ஸோ மற்றவள் பெயர் லா செலஸ்டின்.

இந்த மூன்று புண்ணியசாலிகளும் ஒவ்வொரு நாள் காலையிலும் மாஸ் சடங்குக்கு வருவார்கள். ஓய்வில்லாத வாரத்து நாட்களில் மடாதிபதிக்கு உதவி செய்ய வேறு யாரும் கிடையாது என்பதனால், மாற்றிமாற்றி இவர்கள் மூவருந்தான் மாஸ் சொல்வதற்கு உதவி செய்வார்கள்.

கடவுள் அவர்களில் யாரையாவது அழைத்துக் கொண்டுவிட்டால், மற்ற இருவரும் அந்த வேலையைத் தங்களுக்குள் பங்கிட்டுக் கொள்வார்கள். ஆனால் இதைப்பற்றி அவர்களில் யாரும் சிந்தித்துக் கூடப் பார்ப்பது கிடையாது.

மாஸ் சடங்குக்கு ஆலயத்தின் மணி அடிக்கத் தொடங்கியதும், மூாய்னு தன் தோட்டத்தில் வேலையை நிறுத்திவிட்டு உள்ளே வந்தான்.

தபால் பையைப் பெரிய கறுப்பு மேஜைமேல் கவிழ்த்தான். தன் மூக்குக்கண்ணாடியைச் சரிப்படுத்திக் கொண்டான். தபால்களைப் பிரிப்பதில் அவனுக்குப் பிரியம் அதிகம். மாய்ப்பறு கிராமமே அவன் கண்முன் கிடந்தது. அந்த நாளின் ரகசியங்கள் பூராவும் அவன் கண் எதிரில் கிடந்தன. மூாய்னுவுக்கு இந்த ரகசியங்களை அறிந்து கொள்வதில் அலுப்பு என்பதே கிடையாது. கவர்களை ஒவ்வொன்றாக எடுத்து உறுத்துப்பார்த்தான். எவ்வளவு நேரம் அவசியமோ அவ்வளவு நேரம் பார்த்தான். முத்திரையை மசியில் தோய்த்து ஓங்கி அடிப்பான். அவன் வழி மாறாது. அந்த வழிக்கானபடி வரிசையாகக் கடிதங்களை அடுக்கிக்கொள்வான். அவன் ஊகிப்பது சாதாரணமாகத் தவறவே தவறாது. தன் முன் இருந்த கடிதத்தில் என்ன விஷயம் காணப்படும் என்று அவன் ஊகம் தவறியதே இல்லை. பன்னிரண்டு வருஷங்கள் இதே வேலையைச் செய்து வந்தவனுக்குச் சொல்லியா தர வேண்டும்? கவனித்து, ஞாபகத்தில் வைத்துக் கொண்டு, இந்த விஷயம் இந்த மாதிரி என்று கணக்குப்பண்ணி நிதானித்து அறிந்துவிடுவான் அவன்.

ஆனால் சில சமயம் அவன் நிதானித்து நின்றுவிடுவான். அவன் கைவிரல்களில் ஒரு கடிதத்தை நிறுத்துப் பார்த்துக்கொண்டே சிறிது நேரம் நிதானிப்பான். திருப்பித் திருப்பிப் பார்ப்பான். அது எவ்வளவு கனம் இருந்தது என்று பார்ப்பான். அதை மோந்து வாசனை பார்ப்பான். வெளிச்சத்தின் பக்கமாகச் சாய்த்துப்

பார்ப்பான். அதனுள் என்ன விஷயம் அடங்கியிருந்தது என்று ஊகிக்க முடியாவிட்டால், அப்படியொன்றும் கவலைப்பட மாட்டான் மூாய்னு. கடைசி வார்த்தை அவனுடையதுதானே? அவசரம் என்ன? மற்ற கடிதங்களுடன் அதைப் போட்டுவிடாமல், தனியாக எடுத்து வைப்பான் தன் கோட்டுப்பையில் போட்டுக் கொள்வான். பின்னர் அவனும் அந்தக் கடிதமும் சந்திக்கலாம், கணக்குத் தீர்த்துக்கொள்ளலாம் ரகசியத்தில் விஷயத்தைச் சொல்லிவிடாதா அந்தத் தபால்? நீராவியால் சித்திரவதை செய்து அந்தக் கடிதத்திடமிருந்து ரகசியத்தை அறிந்து கொண்டு விடுவான் அவன். அவன் சிகிச்சைக்கு ஈடுகொடுக்க முடியாமல் உண்மையை மறைத்து வைத்துக்கொள்ள எந்தக் காகித உறையாலும் முடியாது. வெற்றி எப்படியும் மூாய்னுடையதுதான்.

4

எட்டு மணி அடிக்கும்போது சரியாக மூாய்னு பொதுச் சதுக்கத்தைக் கடப்பான். அவன் தோளில் தபால் பை தொங்கிக் கொண்டிருக்கும். அவன் கெபித்தொப்பி தலையில் சாய்வாக ஒரு பக்கமாக இருக்கும். அவன் பின்னால் காலடியில் இரண்டு ஸ்பானியல் நாய்களும் குதித்துக் குதித்து ஓடிவரும். பள்ளிக்கூடத்து முன்வாசலைத் தாண்டி, காலியாக இருந்த பள்ளி வகுப்புகளின் மத்தியில் நின்று கூப்பிடுவான்

"மெஸ்ஸியர் எண்பெர்க்!"

தம் கடிதங்களை வாங்கிப்போக உடனேயே வெளியே வருவார் பள்ளிக்கூட உபாத்தியாயர். நகரசபைக் கடிதங்களையும் வாங்கிக் கொள்வது அவர்தான். மூாய்னுவைத் தம் சமையலறைக்குள் விட அவருக்கு மனம் வராது. சமையலறையில் அவர் குடும்பத்தினர் காலை உணவு அருந்திக்கொண்டிருந்தனர். மெஸ்ஸியர் எண்பெர்க் என்றுமே தபால்காரனுக்கு எதுவும் தந்தது கிடையாது. ஒரு சிகரெட் கூடத் தந்தது கிடையாது. நாய்களுக்குக்கூட அவர் என்றும் ஓர் எலும்புத் துண்டும் தந்தது கிடையாது. மூாய்னுவுக்கும் அவரைப் பிடிக்காது. அவரைப்பற்றியோ, அவர் சிந்தனைகள் அல்லது வாழ்வு பற்றியோ மூாய்னுவுக்கு எதுவும் விரோதம் கிடையாது. கிழக்குப் பகுதியிலிருந்து வந்த சாவாடு செத்த மனிதர்

அவர் என்பதுதான் மூாய்னுவின் அபிப்பிராயம் அவரைப்பற்றி.

மூாய்னு போன பிற்பாடு பள்ளிக்கூட உபாத்தியாயர் தம் வீட்டுச் சமையலறைக்குள் சென்றார். கணப்புக்கு மேலே, துணிகள் காயப்போட்டிருந்தன. குறுகிய அந்த அறையிலே பொங்கிய பால், துவைத்த துணி, சாக்கடை எல்லாமாகக் கலந்து ஒரு வாசனை வீசிற்று. உணவு தின்னும் சமயத்தில் கோழிக்குஞ்சுகள் சப்தம் போடுவது போல அவருடைய மூன்று குழந்தைகளும் மேஜையில் ஒரு மூலையில் கூடிக்கொண்டு சப்தம் செய்துகொண்டிருந்தார்கள். தொளதொளவென்று சட்டை அணிந்திருந்த மாடம் எண்பெர்க் மாறி மாறிச் சிரித்துக்கொண்டும் கோபித்துக்கொண்டும் குழந்தைகளின் தட்டுகளில் சிறிது சிறிதாக டபியோகாவைப் போட்டுக்கொண்டிருந்தாள் பார்ப்பதற்குச் சற்றுப் பழுப்பு நிறமாக இருந்தாள் அவள். நல்ல பருமன். அவள் தோலும் தலைமயிருங்கூடப் பருமனாக இருப்பதுபோல் இருந்தன. குழந்தைகள் பெற்றுப் பெற்று அவள் உருவம் வீணாகிவிட்டது. அதுமட்டுமில்லை. அது காரணமாக அவளுடைய மிகவும் அல்பமான குணாதிசயங்கள் எல்லாம் ஒன்றன்பின் ஒன்றாக அசுரகதியில் வெளிப்பட்டிருப்பது போலத்தான் தோன்றின. மிகவும் தாழ்மையான பல குணாதிசயங்கள் படைத்தவள் அவள்.

மெஸ்ஸியர் எண்பெர்க் ஒரு வார்த்தையும் பேசாமல் மௌனமாக வந்து உட்கார்ந்து, தபாலில் வந்த பேப்பரைப் பார்த்துத் தம் சகோதரியின் தட்டுக்கும் தம் தட்டுக்கும் இடையில் நிமிர்த்து நிறுத்தி வைத்தார்.

மெஸ்ஸியர் எண்பெர்கும் அவருடைய சகோதரியும் பார்ப்பதற்கு ஒரேமாதிரிதான் இருந்தார்கள். இருவரும் மெலிந்தவர்கள்; வெளிறிட்டிருந்தார்கள்; சிவப்பாகவும் இருந்தார்கள். அவர்கள் மோவாய்க்கட்டை ஒரேமாதிரி இருந்தது, மீனுடையது மாதிரி இருந்தது. தெளிவான குறுகிய பார்வையுள்ளவர்களின் கண்கள் அவர்கள் கண்கள்; பற்களைக் கடித்துக்கொண்டு அவர்கள் பேசுவதும் ஒரே மாதிரிதான் இருந்தது. அவர்கள் சிரிப்பது யாரையோ கேலி செய்வதுபோல இருக்கும். வாயைத் திறக்காமல் சிரிப்பார்கள் அவர்கள்; மூக்கால் சிரிப்பார்கள்.

மாய்ப்பறுவின் பள்ளி உபாத்தியாயினி எண்பெர்கின் சகோதரியாக அமைந்ததை அதிருஷ்டம் என்றுதான் சொல்ல

வேண்டும். தவிரவும் அவள் கல்யாணமே செய்து கொள்ளாமல் இருந்ததையும், குடும்பத்துச் செலவுக்கு அவள் சம்பாத்தியமும் உபயோகப்பட்டதையும் எண்பெர்கின் அதிர்ஷ்டம் என்றுதான் சொல்ல வேண்டும். சகோதரன் மனைவியிடம் அவள் தன் சம்பாத்தியத்தின் பெரும்பகுதியைக் கொடுத்துவிடுவாள். அவர்கள் இருந்ததே அவள் வீட்டில்தான். இதெல்லாம் இல்லாவிட்டால், பள்ளி உபாத்தியாயருக்கென்று அரசாங்கம் அளிக்கும் ஓர் அறையிலும் சமையலறையிலும் அவர்களால் செளகரியமாகக் காலந்தள்ளியிருக்கவே முடியாது.

அவர்கள் படித்த பத்திரிகை அவர்களுடைய அரசியல் கட்சிப் பத்திரிகை, நம்பிக்கைகள், பயங்கள், கோபங்கள் இதிலெல்லாம் சகோதரனும் சகோதரியும் ஒன்றுதான். உலகத்துச் செய்திகள் எல்லாம் விபரீதமாக அமையாமல் வேடிக்கையாக அமைந்திருக்கின்றன என்று அவர்கள் எண்ணினார்கள். அடிக்கடி, வாயால் எதுவும் சொல்லாமல், அவர்கள் இருவரும் எதையாவது படித்து விட்டுத் தோள்பட்டைகளை உலுக்கிக் கொள்வார்கள் மூக்கால் சிரித்துக்கொள்வார்கள்.

“மம்” என்று மூத்த பெண் கூப்பிட்டது.

உடனேயே மாடம் எண்பெர்க் குழந்தைகளில் சின்னதை வாரி எடுத்து கொல்லைக் கதவைத் திறந்து வெளியே நிறுத்திப் பிடித்துக்கொண்டாள். படிகளுக்குமேல் அது தன் கால்களைச் சுதந்திரமாக உதறிக்கொண்டது.

“மாற்றிப்போட ஈரமில்லாத ஜெட்டி இல்லை” என்று பெருமூச்சுடன் சொல்லிக்கொண்டே நிமிர்ந்தாள். “அர்ணால்ட்ஸன் வந்துவிட்டால் இதெல்லாம் மாறிவிடும்...”

தன் மனைவியின் மனத்தில் மேயர் தேர்தலுக்கும் குழந்தைகளுக்குத் துணிகள் இருப்பதற்கும் உள்ள சம்பந்தம் மெஸ்ஸியர் எண்பெர்குக்கும் தெரியும். அர்ணால்ட்ஸன் மேயராக வந்துவிட்டால் தன் கணவனுக்குச் சம்பள உயர்வு கிடைத்துவிடும் என்று அவள் நம்பினாள். இதை அடைய எவ்வித நடவடிக்கையும் தன் கணவன் எடுக்கவில்லையே என்று அவரை ஒரு நாளில் இருபது தடவைகளாவது விரட்டுவாள் அவள். ஆனால் வேறு ஊருக்குப் போய்விட்டால், தன் சகோதரியும் தன்னுடன் வர

முடியாது என்பதை எண்பெர்க் நன்கு அறிந்திருந்தார். அவரே அறிந்திருந்ததையும் விட அதிகமாக அவர் சகோதரியுடன் இருப்பது அவசியமாக இருந்தது. அன்பு, ஆதரவு முதலியன இல்லாமல் அவரால் வாழ்க்கை நடத்தவே முடியாது என்றுதான் சொல்ல வேண்டும். கல்யாணத்தினால் அவருக்கு ஏற்பட்ட அசௌகரியங்கள், சிரமங்கள், எல்லாவற்றிற்கும் ஈடுதரக் கூடியது தம்முடன் தம் சகோதரி தங்குவதுதான் என்பதை அவர் உணர்ந்திருந்தார். குடும்ப வாழ்வு, தொழில் நிலை, உலக நடப்பு எல்லாவற்றிலுமே அவருக்கு இருந்த ஏமாற்றங்களுக்கு மாற்று அந்தச் சகோதரியுடன் இருப்பதுதான் என்று எண்ணிய மெஸ்ஸியர் எண்பெர்குக்குச் சம்பள உயர்வு கேட்டு வேலை இழந்து வேலை தேடி வேறு ஊருக்குப் போவது சரியான காரியமாகப்படவில்லை.

சரியாக எட்டரை மணிக்கு அவரவர்கள் வகுப்புக்களில் கரும்பலகைகளைத் துடைத்து விட்டுத் தங்கள் படிப்புகளைத் தொடங்கினார்கள். ஆனால் ஒன்பது மணி வரையில் வகுப்பு ஒழுங்காகத் தொடங்காது. அவர்களுடைய மாணவ மாணவியர் சட்டைகளைப் போட்டுக் கொண்டு குறுக்கும் நெடுக்கும் ஓடிக்கொண்டும் அமர்க்களப்படுத்திக்கொண்டும் இருப்பார்கள். ஆரம்ப நாட்களில் காலதாமதமாக வருகிறவர்களைத் தண்டிப்பது என்கிற வழக்கம் இருந்தது. ஆனால் மாணவ மாணவியரின் பெற்றோர்கள் ஒருமனதாகத் தண்டனையை ஆட்சேபித்து அபிப்பிராயம் தெரிவித்தார்கள். மாணவ மாணவியர் ஒழுங்காகக் கட்டுப்பாட்டுக்கு அடங்கிப் பிரசங்கம் செய்யும் மேயர் கூடப் பெற்றோர் கட்சியை ஆதரிக்கவே, எண்பெர்குகள் கீழ்ப்படிய வேண்டியதாகிவிட்டது. கொள்கையளவில், லேட்டாக வருகிறவர்களுக்கு, மார்க்குகளைக் குறைத்தார்கள். ஆனால் தண்டனை எதுவும் அளிப்பதில்லை. வகுப்புகள் அரை மணி குறைவது அவர்களைத் தவிர வேறு யாருக்கும் பெரிய விஷயமாகத் தோன்றவில்லை. அவர்களைத் தவிர வேறு யாருக்கும், மாய்ப்பறு கிராமத்திலேயே மதச்சார்பற்ற கட்டாயக் கல்வி என்கிற கொள்கைக்கு எதுவும் அவசியமோ முக்கியமோ இருந்ததாகத் தெரியவில்லை. மற்றவர்கள் அதைப்பற்றிக் கவலைப்பட்டதாகக் கூடத் தெரியவில்லை.

5

கிராமச் சதுக்கத்தில் மூன்று விசேஷங்கள், அலுவல்களில் மத்தியப் புள்ளிகள் உண்டு. ஒன்று தபாலாபீஸ். இரண்டாவது நகரசபை. மூன்றாவது டாபக் கபே.

தபாலில் எப்போதும் பாஸ்ஸேக்கு ஏதாவது இருக்கும். பாஸ்ஸேதான் டாபக் கபே என்னும் ஹோட்டலின் முதலாளி. வேறு ஒன்றுமில்லாவிட்டாலும் இனாமாக அவனுக்கு வந்து கொண்டிருந்த சோஷியலிஸ்டு பத்திரிகைகளாவது வந்திருக்கும்.

இலைக் கதவுகளைத் தள்ளித் திறந்து கொண்டு உள்ளே பூாய்னு போனான். அவனுக்கு முன்னால் அவன் நாய்கள் இரண்டும் விழுந்தடித்துக்கொண்டு ஓடின.

“இங்கே வா, பீக் வா, மிராபோல்.”

ஆனால் நாய்கள் இரண்டும் மூக்கைக் குப்பைத் தொட்டிகளுக்குள் விட்டுத் துழாவிக்கொண்டிருந்தன.

“அவை இருக்கட்டும்” என்றாள் மாடம் பாஸ்ஸே.

பூாய்னு அதற்குப் பிறகு நாய்களைக் கூப்பிடவில்லை. தபால் பட்டுவாடா செய்ய ஊரைச் சுற்றிக் கொண்டிருக்கும்போது தன் நாய்களுக்குத் தேவையான உணவு கிடைக்கும்படி செய்துவிடலாம் என்பதை அறியாதவன் அல்ல பூாய்னு. நாய்களுக்கு உணவு கிடைத்துவிடின் தான் அதைக் கவனித்தவன் போல அவன் அதட்டுவான். கிராமத்தில் இருந்த பெண்களின் பழக்க

வழக்கங்கள் பலவற்றையும் அறிந்திருந்தன மூாய்னுவின் நாய்கள். எங்கே என்ன கிடைக்கும் எவ்வளவு கிடைக்கும் என்பதையும் அவை அறிந்திருந்தன. ஐந்து மைல் சுற்று வட்டத்தில் உள்ள குப்பைத்தொட்டி எல்லாம் அவைகளுக்குப் பழக்கமானவைதான். உணவு, தேகப் பயற்சி என்கிற இரண்டு விஷயங்களிலும் நாய்கள் பற்றிய வரையில் தபால் பட்டுவாடா உபயோகப்பட்டது. அவை போட்ட குட்டிகளை வளர்த்து விற்றுப் பணம் பண்ணுவது லாபகரமாக இருந்தது.

நகரசபையில் அவனுக்கு மிகவும் வேண்டியவர்கள்கூட, பாஸ்ஸேயைப் பார்க்கப் பயங்கரமாகத்தான் இருந்தது என்று ஒப்புக்கொள்வார்கள். குறுகிய நெற்றியும், கொடூரமான கண்களும், அழுத்தமான மோவாய்க் கட்டையுமாக அவனைப் பார்ப்பதற்கு விகாரமாகத்தான் இருந்தது. சண்டை போடும் சுபாவம் உள்ளவன் அவன்; பிறர் சொல்வதைக் கேட்டுக் கேட்டு அவஸ்தைப்படுவான்.

தன் மேஜைக்குப் பின்னால் நின்று கொண்டு, கையலம்புகிற இடத்துக்கு நேராகச் சாய்ந்து கொண்டு, ஒரு புட்டியிலிருந்து எதையோ இன்னொரு புட்டிக்கு மாற்றிக்கொண்டிருந்தான். மூாய்னு உள்ளே வந்ததும், இந்த வேலையை நிறுத்திவிட்டு இரண்டு கோப்பைகளில் ரம் மதுவை எடுத்துவைத்தான். தினசரி இதுதான் பழக்கம். மூாய்னு பெரிய மனிதன் அல்லவா? அவனுக்கு ரம் தராமல் அனுப்பலாமா?

மாடம் பாஸ்ஸே ஹோட்டலுடைய கல் தரையை ஈரத்துணியைப் போட்டுத் துடைத்துக்கொண்டிருந்தாள். தபால்காரனைப் பார்த்ததும் துணியை வாளியில் போட்டுவிட்டு மேஜையண்டை வந்தாள். கொத்துவதற்கு வருகிற பெட்டைக் கோழிபோல வந்தாள் அவள். காதுக்கு மேல் இறக்கைகள் போலக் கறுத்த தலைமயிரும் கூர்மையான கண்களும், திடீர் திடீர் என்று அவள் கைகளைத் தாக்கி ஆட்டுவதுமாக, அவள் கோபமூட்டம் பட்ட பெட்டைக்கோழி போலத்தான் இருந்தாள் போதாததற்கு அவள் மூக்கும் செக்கச் செவேலென்று சிவந்திருந்தது.

“கிழட்டு மாடம் டெய்னேயைப் பற்றிச் சொல்கிறார்களே, அது உண்மையா, மெஸ்ஸியர் மூாய்னு?”

“என்ன அது?” என்றான் மூாய்னு. எதைப் பற்றியும் எதுவும் சொல்லி மாட்டிக்கொள்ள அவன் தயாராக இல்லை.

மாடம் பாஸ்ஸே அந்தக் கேள்வியை விட்டு விட்டு, வேறு ஒரு விஷயத்துக்குத் தாவினாள்: "அவளுக்கு என்ன வயது இருக்கும்? எழுபத்தாறு, எழுபத்தேழு இருக்குமா?"

கண்களைச் சுருக்கிக்கொண்டு, மூாய்னு சர்வ ஜாக்கிரதையாக இருந்தான். எதையும் வெளியிட அவன் தயாராக இல்லை. எதிர்ப்பட்டதைக் கைப்பற்றிக்கொள்ளத் தயாராக இருந்தான்.

"அவள் சொறி சிரங்குகளைப் பார்!" - மாடம் பாஸ்ஸே முழு விவரங்களுடன் பேச ஆரம்பித்தாள்: "அவள் நாற்றமே அலாதியானது. எதிர்காலத்தைப்பற்றி அவள் கவலைப்படுகிறாளா என்று நீ கவலைப்பட முடியாது; முடியுமா எமில்?"

பாஸ்ஸேக்கு அவசரம் எதுவும் இல்லை. எதுவும் சொல்லி மாட்டிக்கொள்ள அவன் தயாராக இல்லை. தலையைப் பின்னால் தள்ளி ரம்மை வாய்க்குள் ஊற்றிக்கொண்டான்.

சிறிது நேரம் மௌனம் நிலவியது.

மாடம் பாஸ்ஸே வேறு வழி இல்லை என்று விஷயத்தைத் தெளிவாகச் சொல்ல வேண்டியதாக இருந்தது.

"அவள் தன் வீட்டை விற்றுவிடப் போகிறாள் என்று சொல்கிறார்களே? தங்குகிற நேரமெல்லாம் பணம் தருகிறாளாமே! அதெல்லாம் உண்மையா மெஸ்ஸியர் மூாய்னு?"

"அப்படியும் சொல்கிறார்கள்" என்று மூாய்னு ஒப்புக்கொண்டான்.

கெட்ட எண்ணமும் துஷ்டத்தனமும் நிறைந்த குரலில் பாஸ்ஸே சொன்னான்: "என்னைக் கேட்டால் மடாதிபதியின் சகோதரிதான் இதற்கெல்லாம் காரணமென்று நினைக்கிறேன்."

திடீரென்று அன்பும் ஆதரவும் ததும்பும் குரலில், மெதுவாகச் சொன்னாள் மாடம் பாஸ்ஸே: "பாவம்! அந்த மாடம் டெய்னேதான் ஏமாந்தவள். அவள் அமைதியாக இறக்க விரும்பினால், கடைசி வரையில் யாராவது தன்னைப் பார்த்துக்கொள்ள வேண்டும் என்று அவள் விரும்பினால், அவள் கொரேல்களுடன் தங்குவது தவறு என்றுதான் சொல்வேன். இரட்டை நாக்கும் இரட்டை முகமும் படைத்த கொரேல் அவளுடைய பணத்தைப் பறித்துக்கொள்வார்களே தவிர, உதவி எதுவும் செய்யமாட்டார்கள்." நீண்ட கழுத்தையும், நீண்ட பெரிய மூக்கையும் முன்னுக்குத்

தள்ளிக்கொண்டு சொன்னாள் அவள்: "என்னை நீ கேட்டால் இதுதான் என் அபிப்பிராயம்."

"இருக்கலாம்." என்று பட்டுக்கொள்ளாமல் போட்டியில் கலந்து கொள்பவனின் குரலில் சொன்னான் மூாய்னு.

புருஷனும் மனைவியும் ஒருவரை ஒருவர் பார்த்துக் கொண்டனர்.

"விஷயம் அவ்வளவுதான்" என்று ஒரு பெருமூச்சுடன் சொன்னாள் மாடம் பாஸ்ஸே. அவள் திரும்பித் தன் வேலையைக் கவனிக்கப் போனாள். "அவர்களாக விரும்பினால் ஒழிய யாரையும் அந்நியப்பேர் யாரும் ஆனந்தமாக வைத்துக் கொள்ள முடியாது! நான் சொல்வது சரிதானே, எமில்"

மூாய்னு ரம்மைக் குடித்து முடித்துவிட்டு, தன் தபால் பையைத் தோள் பட்டையில் இழுத்துப் போட்டுக் கொண்டான். மேஜைமேல் ஊன்றிய கைகளை அகற்றாமல் நின்றுகொண்டிருந்தான்.

பாஸ்ஸே முன்னால் சாய்ந்துகொண்டே சொன்னான்: "இதோ பார் மூாய்னு. என்னை உனக்குத் தெரியும். அதற்கு எங்களுக்கு என்ன கிடைக்கும் என்றும் எனக்குத் தெரியாது. மாடம் டெய்னேயின் வீட்டுக்கு என்ன கிடைக்கும் என்று எனக்குத் தெரியாது. ஆனால் ஒன்றுமட்டும் நிச்சயமாக நான் சொல்வேன். அந்தக் கிழவியின் மனத்தை மாற்றிக் கொண்டு எங்களுடன் தங்க வைப்பவனுக்கு வீட்டுக் கிரயத்தில் பத்தில் ஒரு பங்கு கமிஷன் தந்துவிடுகிறேன்."

"கமிஷன் கிடக்கட்டும்" என்றான் மூாய்னு, எல்லையற்ற ஒரு பெருந்தன்மையுடன். "உனக்கும் எனக்கும் இடையே அதைப்பற்றிய பேச்சே தேவை இல்லை. உனக்கு என்னால் ஏதாவது நன்மை செய்ய முடியுமானால் அதைச் செய்ய நான் தயங்கமாட்டேன். பேராசை ஒளி வீசிய அவன் கண்களை இமைகள் அநேகமாக மூடிவிட்டன. தொடர்ந்து அவள் பேசியபோது அவன் குரல் மெல்லியதாக, நைஸாக இருந்தது: "எதையும் நீயும் நானும் நண்பர்களாக முடித்துக்கொள்வோம். அதில் சந்தேகம் சிறிதும் இல்லை."

இருவரும் கைகுலுக்கிக் கொண்டார்கள். அவர்கள் ஏதோ ஒப்பந்தம் செய்துகொண்ட மாதிரி இருந்தது.

6

ரொட்டிக் கிடங்கும், மளிகைக் கடையும் தெருவில் ஒன்றுக்கொன்று எதிரும் புதிருமாக இருக்கின்றன ஆனால் ஓட்டலைவிட்டுக் கிளம்புகிறவர்களின் கால்கள் தாமாகவே முதலில் ரொட்டிக் கிடங்குப் பக்கந்தான் போகும். தபால்காரன் மூாய்னு எப்போதும் முதலில் மெர்லாவின்களின் தபால்களைக் கொடுத்துவிட்டுத்தான் மாடம் ஸேவியரைத் தேடிப் போவான்.

அன்றிரவு மெர்லாவின்களில் இளையவன் முறை ரொட்டி சுடுவதற்கு கிடங்கில் ரொட்டி வியாபாரம் பண்ணிக் கொண்டிருந்தது மூத்தவன்தான். அவன் என்ன வியாபாரம் பண்ணினான்? கடைப் பெண் எர்ணஸ்டின் ரொட்டித் துண்டுகளை எடுத்து விற்றுக்கொண்டிருப்பதைப் பார்த்துக் கொண்டிருந்தான் என்று சொல்ல வேண்டும் எர்ணஸ்டினுக்கு வயது இன்னும் பதினாறு ஆகவில்லை. மிகவும் அசுத்தமான சிறுக்கி அவள்.

இரட்டையர்களில் மூத்தவனுடைய இடது கண்ணுக்கு மேலே ஒரு மச்சம் உண்டு. மற்றபடி அவர்கள் இருவரும் ஒரேமாதிரிதான் இருப்பார்கள்; கொக்கி போல வளைந்த மூக்கும், வெளுத்த முகமும், ஆட்டுத் தாடியும், கலைந்த தலைமயிருமாக இருந்தார்கள், அவர்கள் தலைமயிரில் மாவு படிந்திருக்கும்.

வியாபாரம் மோசமாக இருந்தது. நகரத்து ரொட்டி வியாபாரிகளுடன் அவர்களால் போட்டி போட முடியவில்லை. சுடச்சுட ரொட்டியைக் கொண்டுவரும் வில்லெகிராண்டு நகரத்து ரொட்டி வியாபாரியின் வண்டி காலையிலும் மாலையிலும் இரண்டு தடவைகள் வந்து வியாபாரம் செய்தது. நகரத்திலிருந்து வந்தவர்கள் நாணயமான வியாபாரம் செய்தார்கள். அவர்களுடைய ரொட்டி உரியபடி கனமாக இருந்தது. கடன் கொடுத்து வசூலித்தார்கள். தவிரவும் ரொட்டி வாங்க வருகிற பெண்களை அவர்கள் கண்ணடிப்பதில்லை. மெர்லாவின்களின் கடையில் இப்படி இல்லை. அவர்கள் எப்போதும் கோபமாகவும் அதட்டலாகவும்தான் பேசுவார்கள் கையில் காசு என்று உசிரை எடுத்துவிடுவார்கள். கடைக்குள் வருகிற எந்தப் பெண்ணின் கற்புக்கும் பங்கம் விளைவிக்கிற பார்வையுடன்தான் பார்ப்பார்கள். தவிரவும் பழைய ரொட்டிகளைத் தண்ணீரில் நனைத்து அடுப்பில் சூடு காட்டிப் புது ரொட்டி, சூடான ரொட்டி என்று விற்றுவிடுவார்கள். அவர்களைத் தேடிக்கொண்டு இன்னமும் போனவர்கள் நெருங்கிய அண்டை அசல்தான். போகாவிட்டால் ரொட்டிக்காரர்கள் தங்கள் மேல் ஏதாவது வஞ்சம் தீர்த்துக்கொள்ளப் போகிறார்களே என்ற பயத்தால்தான் வாங்கினார்கள். இதெல்லாம் நல்லபடியாக முடியப்போவதில்லை என்பதும் மூாய்னுவுக்குத் தெரியும். பெட்டியில் கிடந்த சந்தேகமான ஒரு தபாலைப் பிரித்துப் பார்த்தபோது தபால்காரன் தெரிந்துகொண்டான். அது அந்த ரொட்டிக்காரர்களைப் பயமுறுத்தும் மொட்டைக் கடிதம். மெர்லாவின்கள் எதையும் துணிந்து செய்வார்கள். கிராமம் பூராவுமே அவர்களிடம் பயப்பட்டுக் கொண்டுதான் இருந்தது; ஏன் என்று யாருக்கும் தெரியாது. கிராமத்துப் பெண்களில் யாரும் அவர்களிடம் வேலை செய்ய மறுத்தார்கள். நகரத்து வேலை தேடித் தரும் ஸ்தாபனத்திலிருந்துதான் எர்ணஸ்டின் போன்ற சிறுக்கிகளை வரவழைத்து அவர்கள் வேலைக்கு வைத்துக் கொண்டார்கள். ஆறேழு மாதங்கள் யாருடனும் பழகாமல் தங்களுடனேயே போட்டுப் பூட்டி வைத்துக் கொள்வார்கள். ரகசியத்தில் அந்தப் பெண்களைத் தங்கள் இஷ்டப்படியெல்லாம் ஆட்டி வைப்பார்கள். பிறகு திடீரென்று அவளை அடித்துத் துரத்தி விட்டு, நகரத்திலிருந்து வேறு ஒரு பெண்ணை வரவழைத்துக் கொள்வார்கள்.

மளிகைக் கடைக்காரி மாடம் ஸேவியர் தன் கடையில் பின் பகுதியில், ஒரு மூலையில் பார்த்துக் கொண்டே, கைகளை மடக்கி மடியில் வைத்துக் கொண்டு உட்கார்ந்திருந்தாள். மூய்னு உள்ளே வந்தபோதும் அவள் அசையவே இல்லை. வாடிக்கைக்காரர்கள் யாராவது வந்தாலொழிய அவள் எழுந்திருக்கமாட்டாள். மூய்னு வாடிக்கைக்காரன் அல்லன். அவன் தனக்குப் பத்திரிகை கொணர்ந்து தரும்போதுதான் தான் அவன் வாடிக்கைக்காரி என்று அவள் எண்ணினாள்.

மாடம் ஸேவியர் லேசாகப் பைத்தியம் என்று தான் சொல்லவேண்டும். அது தெளிவாகவே தெரிந்தது. சும்மா உட்கார்ந்து எதுவும் செய்யாமல் இருக்கும்போதுகூட அவள் முகத்தில் நரம்புகள் துடித்துக்கொண்டிருக்கும். தூக்கத்திலே நடப்பவள் அவள். இரவுகளில், அவள் பெண் அவளை அவள் அறையில் விட்டுப் பூட்டிவிடுவாள். இல்லாவிட்டால் அவள் வெளியே கிளம்பி அண்டை அசலைப் பயமுறுத்திவிடுவாள். கொள்ளிக் கண் உள்ளவள் அவள் என்று கிராமத்தில் பலரும் நம்பினார்கள். கர்ப்ப ஸ்திரீ எவளும் அவள் கண்ணில் பட்டுவிடமாட்டாள்.

மாடம் ஸேவியரின் சுபாவம் ஒரு பூனையினுடைய சுபாவம் போன்றது. ஆனால் அவளுக்குப் பூனைகளைக் கண்டால் பிடிக்கவே பிடிக்காது. கடைக்குள் பூனைகள் வந்தால் சீறி விழுந்து விரட்டிவிடுவாள். முடிவில்லாத பகற் கனவு கண்டுகொண்டு சுருட்டி மடக்கிக் கொண்டு நாள் பூராவும் அசையாமல் உட்கார்ந்திருப்பாள் அவள்: அவளுடைய அந்தரங்கச் சிந்தனைகளை யாரும் கண்டு பிடித்துவிட முடியாது. வழக்கமாகத் தினம் இருபது தடவை தாண்டுகிற தன் அறை வாசற்படியைத் தாண்டும் போதுங்கூட ஒவ்வொரு தடவையும் நின்று மிகவும் சந்தேகத்துடன் அங்கும் இங்கும் பார்த்துக்கொண்டுதான் தாண்டுவாள்: கடையிலும் சமையலறையிலும் காவல் காக்கும் சிப்பாய் போலத்தான் உட்கார்ந்திருப்பாள். அவள் உட்கார்ந்திருக்கிற இடத்திலிருந்து கடைக்குள் யார் வந்தாலும், வெளியே போனாலும் தெரியும். சாப்பிட ஆரம்பிக்கும் போதுங் கூட ஏதோ விஷமிட்டுவிடப் போகிறார்களே என்று பயந்தவள் போல முதலில் இரண்டு வாய் நுனி நாக்கினால்தான் சுவைப்பாள்.

மாடம் ஸேவியருடன் வாழ்வது அவ்வளவு சுலபமான காரியம் அல்ல. ஹோப் என்கிற பெயருடைய அவளுடைய அழகான பெண், கைதி விடுதலையை எதிர்பார்த்துக் கனவு காண்பதுபோல, கல்யாணம் என்கிற விடுதலையை வெகு நாளாக எதிர்பார்த்து நிற்கிறாள். பாவம்! அவள் காத்திருப்பது பலிக்கவில்லை. அழகி அவள். ஆனால் அவளிடம் பணம் கிடையாது. வாரத்துக்கு ஒரு பத்திரிகையாக டம்பப் பத்திரிகைகள் பலவற்றைப் படித்துக்கொண்டிருந்தாள் அவள். வாலிபர்கள் அவளை மொய்த்துக் கொண்டிருந்தார்கள். ஆனால் அவர்களில் யாரும் அவளை மணம் செய்து கொள்ளத் தயாராக இல்லை.

7

மாடம் டெய்னின் வீட்டில் இரண்டே இரண்டு ஜன்னல்கள் தான் இருந்தன. எனினும் அதன் படம் வரையப்பட்டு, அது உருவாக ஆரம்பித்தது முதலே அதற்குப் பங்களா என்கிற பெயர் நிலைத்துவிட்டது. இப்போது சொத்துள்ளவளாகிவிட்ட மாடம் டெய்ன் அப்போது ஒரு லாயரின் வீட்டு, அடுப்பண்டை காரியங்கள் செய்து கொண்டிருந்தாள். கொஞ்சம் கொஞ்சமாக ஊராரும் அந்த வீட்டைப் பங்களா என்று குறிப்பிடுவதே வழக்கமாகிவிட்டது. முன்வாசலில் கண்ணாடிக் கூரை போட்ட பிறகுதான் பங்களா என்கிற கௌரவப் பெயர் அதற்கு நிலைத்தது என்று சொல்லலாம். யாரோ ஒரு ஹாஸ்யப் பிரியன், 'மாடம் டெய்ன், பங்களா' என்று ஒரு கடிதம் எழுதியிருக்கிறான் என்பதை பூாய்னு ஊர் பூராவும் காட்டிய பிறகுதான் அந்தப் பெயர் ஊரிலே சாசுவதமாக நிலைத்தது.

பாவாடை சட்டையுடன் மாடம் டெய்ன் படுக்கையில் படுத்துக் கிடந்தாள். சென்ற பத்து வருஷங்களாக அவள் படுக்கையில்தான் கிடக்கிறாள். பவுத்திர உபத்திரவத்தால் அவள் அவஸ்தைப் படுகிறாள். அது மறைத்து வைக்க முடியாத உண்மை. அறைக் கதவைத் தாண்டியவுடனே அது தெரிந்துவிடும். அறை பூராவும் ஒரே அழுக்காகக் குப்பையும் கூளமுமாக இருந்தது. மேஜை நாற்காலிகள் ஆடம்பரமாகப் போட்டிருந்தன எனினும் மிகவும் அசுத்தமாக இருந்தன.

“தொந்தரவு செய்வதற்கு வருந்துகிறேன், மாடம் டெய்ன். வேறு ஒன்றுமில்லை. ஏதோ ஓர் அறிக்கை வந்திருக்கிறது. அவ்வளவுதான்.”

(மூாய்னுவின் கையில் எப்போதும் இந்தமாதிரி அறிக்கைகள் ஒன்றிரண்டு இருந்து கொண்டே இருக்கும். சமயத்துக்கு ஏற்றபடியாருக்கு வேண்டுமானாலும் அதை எடுத்துத் தருவான் அவன்)

“ஹா! மெஸ்ஸியர் மூாய்னு! எனக்கு உடம்பு மிகவும் கேவலமாகிக் கொண்டிருக்கிறது. கேட்டு விட்டு நீயே சொல். கை காலெல்லாம் வீங்கி விட்டது என்னால் சமையல் வேலைகளைக் கூடச் சரிவரக் கவனிக்க முடியவில்லை. ஆட்டு மண்டை ஒன்று வாங்கினேன். அதைச் சரிவரச் சமைத்துச் சாப்பிட்டால் நன்றாக இருக்கும். நான் சாப்பிடுமுன் அதில் பூச்சி வைத்துவிட்டது. வேறு என்ன பண்ணுவது? பிஸ்கோத்துகளை மதுவில் நனைத்துச் சாப்பிட்டேன். என்னால் எழுந்து நின்று சமையலைக் கவனிக்க இயலவில்லை. உலகம் அப்படி இருக்கிறது. பணம் எப்படி உதவும்? வீடு பங்களாவாக இருந்துதான் என்ன லாபம்? கால்கள் சரியாக இல்லாவிட்டால் இதனாலெல்லாம் என்ன லாபம், மூாய்னு?

“உன் பங்களா பிரமாதமாக இருக்கிறது என்பதையாரும் மறுக்க முடியாது, மாடம் டெய்ன்’ என்றான் மூாய்னு. படுக்கையிலிருந்து எவ்வளவு தூரத்தில் நகர்ந்து உட்கார முடியுமோ அவ்வளவு தூரத்தில் நகர்ந்து உட்கார்ந்து கொண்டு, “நன்றாக இல்லை என்று சொல்லித் துணிகிறவர்களைப் பொய்யர்கள் என்றுதான் சொல்ல வேண்டும். இருந்தாலும் உன் வியாதியும் வயசும் காரணமாக நீ தனியாக இருப்பது சரியல்ல. உனக்கு உதவி செய்வதற்கு யாராவது ஜனங்கள் மத்தியில் நீ இருப்பதுதான் சரி. தனியாக அழகிய பங்களாவிலேதான் என்றாலும் இருக்கக் கூடாது.”

அவநம்பிக்கையுடன் கிழவி தபால்காரனை ஒருபார்வை பார்த்தாள். கண்களுக்குக் கீழே பைப் பையாகத் தசை முகவாய்க்கட்டையிலே நரைத்த தாடி மயிர் முளைத்திருந்தது. உரித்து வைத்த பன்றிக் குட்டிபோல அவள் குல்லாய்க்குக் கீழே தலைமயிர் இல்லாத இடங்களில் அவள் மண்டையோடு தெரிந்தது.

“என்ன சொல்லுகிறாய், மூாய்னு? கொரேல்களைப் பற்றிய நினைவில் சொல்கிறாயா?”

"கொரேல்களா?"

மனசில் எவ்விதக் களங்கமும் இல்லாதவன் போல மூாய்னு மாடம் டெய்னைப் பார்த்தான். தான் பேசியது எவ்வளவு தவறு என்று மாடம் டெய்ன் எண்ணும்படியாகப் பேசினான் மூாய்னு. என்ன சொன்னாலும் மூாய்னு அநுபவம் மிகுந்த மனிதன். எந்த விஷயத்திலும் புத்திமதி சரியாகச் சொல்லக் கூடியவன்.

"ஹா! மெஸ்ஸியர் மூாய்னு எனக்கு என் வீட்டில்தான் உயிர். இதை எவ்வளவு பிரியமாக நான் வைத்திருக்கிறேன் என்பது உனக்குத் தெரியாது! அதை விட்டு எப்படிப் போவது என்றுதான் எனக்குப் புரியவில்லை. மற்ற மனிதர்களுடன் வசிக்க எனக்கு மனசே வராது.

"உன் மனசில் இருந்தது இதுவா மாடம் டெய்ன்? கொரேல்களைப் பற்றியா நினைத்தாய்? ஊரில் நீ பாஸ்ஸேக்களுடன் தங்கப் போவதாகச் சொல்லிக் கொண்டார்கள். ஆனால் ஊர் வம்பு பொய்யாகத்தானே இருக்கும்?"

கிழவி கண்களைப் பரக்க விழித்தாள்.

"பாஸ்ஸேக்களுடனா?"

"ஆம். உண்மையைச் சொல்லப்போனால், பாஸ் ஸேக்களைப் பற்றிக் கேள்விப்பட்டதும் எனக்குத் தூக்கிவாரிப்போட்டது. ஆனால் கொரேல்களுடன் போய்த் தங்கப் போகிறாய் என்றால் அது ரொம்பவும் நல்லது அவர்களுடைய கோடைக் குடிசையில் தங்கலாம் நீ. அங்கே கொஞ்சம் ஈரமாகத்தான் இருக்கும். அதனாலென்ன? பவுத்திரத்துக்கு ஈரம் அவ்வளவாக ஒத்துக் கொள்ளாது என்று சொல்ல முடியாது. வருஷம் பூராவும் கணப்பைப் பற்ற வைத்துக் கொண்டு இருந்துவிட்டால் ஈரம் என்ன செய்து விடப் போகிறது?"

"பாஸ்ஸேக்களுடனா?" என்று மீண்டும் கேட்டாள் கிழவி. புருவங்கள் உயர்ந்த உயரத்தைப் பார்த்தால் அவை கீழே வரவே வரா என்று தோன்றிற்று.

"கொரேல்களின் கோடைக் குச்சு உனக்குக் கிடைத்துவிட்டதானால் நீ பாஸ்ஸேகளைப்பற்றிக் கவலையே பட வேண்டியதில்லை. மைல்கணக்காகச் சுற்றினாலும் அமைதியும் சுத்தமுமான இடம்

அதைப்போல வேறு ஒன்று உனக்குக் கிடைக்காது. அந்தப் பக்கம் கழுதைகூட வராது. மனிதர்கள் அந்தப் பக்கம் வரவேமாட்டார்கள். தனியாக ஒதுக்குப் புறமாக, அமைதியாக இருக்கும் அங்கே. தவிரவும் உன் வயசில் நீ என்ன சாப்பிடுகிறாய் என்பதைப் பற்றியும் கவனிக்கத்தானே வேண்டும். கொரேல்கள் அதிகம் செலவு செய்யமாட்டார்கள். செட்டாக இருப்பவர்கள் சூப்பும் பாலாடைக் கட்டியும் போதும் அவர்களுக்கு. தாராளமாகச் சமைத்துப் போட்டு உன் வயிற்றைக் கெடுத்துவிட மாட்டார்கள் அவர்கள்."

"பாஸ்ஸேக்களைப் பற்றிச் சொல்லு."

"பாஸ்ஸேக்களைப் பற்றிச் சிந்திக்கவே சிந்திக்காதே, மாடம் டெய்ன். உன் தேவைக்கு அவர்கள் நேர் எதிரானவர்கள். நடுத்தெருவிலே இருக்கிற அவர்கள் வீட்டிலே சந்தடியும் ஜன நடமாட்டமும் அதிகமாக இருக்கும். தெருவிலே என்ன நடக்கிறது என்று எப்போதும் நீ பார்த்துக்கொண்டே இருக்கும்படியாக இருக்கும் நாள் பூராவும் அவ்வளவு சுவாரசியமான விஷயங்கள் பார்ப்பதற்கு இருக்கும். தவிரவும் அது ஒரு ஹோட்டல் நாள் பூராவும் யாராவது வந்து போய்க்கொண்டே இருப்பார்கள். பாட்டும் கூத்தும் சப்தமுமாக ஒரே அமர்க்களமாக இருக்கும் எப்போதும். இதெல்லாவற்றையும் விட உன்னை அதிகமாகச் சிரமப்படுத்தக் கூடியது அவர்களுடைய உணவுதான்."

"அதைப்பற்றி என்ன, மெஸ்ஸியர் மூாய்னு."

"நல்ல உணவு என்றால் உனக்குத் தெரியாதா? உன்னைவிட உணவைப்பற்றி அதிகம் அறிந்தவர்கள் யாரும் இல்லை என்கிறார்களே! நல்ல உணவை வேண்டாம் என்று சொல்ல யாருக்கு மனம் வரும்? சத்தான உணவைச் சாப்பிட்டுவிட்டு செரிக்க முடியாமல் நீ கஷ்டப்பட வேண்டி வரும். உணவு என்கிற விஷயத்தில் பாஸ்ஸேக்கள் செலவு கணக்கே பார்ப்பதில்லையாம். என் நாய்களுக்கு என்ன உணவு தருகிறாள் அந்த மாடம் பாஸ்ஸே! ஞாயிறுகளில் கிடைத்தால் போதும் என்று நான் எண்ணுகிற மாமிசத் துண்டுகளை என் நாய்க்குப் போடுகிறாள் அவள்."

மூாய்னு எழுந்தான். "நான் சொல்வதைக் கேள். மாடம் டெய்ன் பாஸ்ஸேக்களைப்பற்றி நீ சிந்திக்க ஆரம்பிக்காதே! உன் மனசில்

இல்லாததை நான் சொல்லிவிட்டேனே என்று எனக்கு ஆயுசு பூராவும் வருத்தமாக இருக்கும். நேரமாகிறது. வரட்டுமா நான்? சீக்கிரம் நீ எழுந்து விடுவாய் என்று நான் நம்புகிறேன், மாடம் டெய்ன். செட்டான மக்களான கொரேல்களுடன் இருப்பதுதான் நல்லது உனக்கு என்று நான் எண்ணுகிறேன்."

"ஒரு நிமிஷம் மெஸ்ஸியர் மூாய்னு. அதோ அந்த நீல நிறப் புட்டியைக் கொண்டுவா. மது கொஞ்சம் சாப்பிடு, எனக்காக, என்னுடன்."

"சந்தோஷம்! வேண்டாம் என்று சொல்லமாட்டேன் நான். முடிகிறபோது மது அருந்துவதுதான் நல்லது. கொரேல்களுடன் தங்கப் போய்விட்டால் உனக்கு மதுவே கிடைக்காது. அந்தக் கெட்ட பழக்கம் உன்னைத் தொட முடியாது. அவர்கள் வீட்டிலே மது என்கிற பெயர்கூடச் சொல்லக்கூடாது. மது அருந்தாதவர்கள் சபையில் சந்தாதாரர்கள் அவர்கள்..." "மதுவிலக்குச் சபையிலா?"

"ஆம். எனக்கு அது நிச்சயமாகத் தெரியும். அவள் கொள்கைகளிலிருந்து தவறவே தவறாதவள். வருஷந் தோறும் அவள் சந்தாவைத் தபால் மூலந்தானே அனுப்புகிறாள்."

கிழவி வெகுவாகப் பிரயாசைப்பட்டு நிமிர்ந்து உட்கார்ந்தாள். திக்கித் தடுமாறிக்கொண்டு அவள் சொன்னாள்: "மது அருந்தாதவர்கள் சங்க அங்கத்தினர்களா? அப்படியா சமாசாரம்?

கிராமத்தில் மெஸ்ஸியர் பர்டினாண்டுதான் பரியாரி செண்டு வியாபாரியும் அவன் தான் கடையில் இருந்த ஒரே நாற்காலியின் அடியில் புது மரத்தாளைத் தன் மகன் பிரான்சிஸ் பரப்புவதை மேற்பார்வை பார்த்துக்கொண்டு நின்றான்.

"மார்ஸரிஸ் பெர்டினாண்டு" என்றான் தபால்காரன். "உன் குப்பைக் கூளங்கள் இந்தா"

மெஸ்ஸியர் பர்டினாண்டு அரசியலில் விழிப்படைந்தவன். வலதுசாரிக் கட்சியில் அவன் மிகவும் சுறுசுறுப்பாக ஈடுபாடுள்ளவன். அவன் கடைக்கு வருகிற வாடிக்கைக்காரர்களுக்குப் பத்தாம் பசலிக் கொள்கைகள் உள்ள வலதுசாரிப் பத்திரிகைகள்தான் படிக்கக் கிடைக்கும்.

உருவத்தில் சிறியவன். தொந்தி பருத்திருக்கும் வெளிறிட்ட மீசையைத் தினம் காலையில் செப்பனிட்டு ஒதுக்கி விட்டுக் கொள்வான். அவன் தலை வழுக்கையாக இருந்தது. ஆனால் வழுக்கை தெரியாமல் மயிர்த்தொப்பி வைத்துக் கொண்டிருந்தான் அவன். மயிர் வளரும் தைல விற்பனையை அவன் வழுக்கைத் தலை பாதிக்குமோ என்கிற கவலை அவனுக்கு.

அவன் ஒரு பரியாரியின் மகன். ஒரு பரியாரியின் கொள்ளுப் பேரன். இந்தத் தலைமுறைத் தத்துவம் தன் பிள்ளையுடன் முடிந்துவிடும் போலிருக்கிறதே என்கிற வருத்தந்தான் அவனுக்கு அவன் ஆயுஸில் பெரிய வருத்தமாக இருந்தது. நாகரிகம் அடைந்துவிட்ட ஒரு கிறுக்குச் சிறுவனுக்குத்தான் தந்தையாக இருந்ததுதான் அவனுக்குப் பெரிய வருத்தமாக இருந்தது. குடும்பத்துத் தொழிலில் தன் மகனுக்குக் கொஞ்சங்கூட ஈடுபாடு இல்லையே என்று வருத்தமாகத்தான் இருந்தது.

“உன் கத்தரிக்கோலில் உணர்ச்சி என்பதே சிறிதும் இல்லையே!” என்று நம்பிக்கை இழந்தவனாக அவன் தன் மகனிடம் அடிக்கடி சொல்லுவான். புரட்சிக்காரன் அவன் என்று அவனைக் கோபித்துக் கொள்வான். கத்தரிக்கோலைக் கையில் எடுக்கும் பாணியிலேயே மயிர் நீக்கும் கலைஞனை அறிந்துகொள்ளலாமே என்பான் அவன் அடிக்கடி. அவன் கத்தரிக்கோலைக் கையில் எடுத்து முதல் க்ளிக் செய்யும்போதே உலகுக்கெல்லாம் தெளிவாகத் தெரியும். அவன் எப்படிப்பட்ட கலைஞன் என்பது! வஸந்த இதம் பாடுவதுபோல அவன் கையில் கத்திரிக்கோல் பாடி வாடிக்கைக்காரர்களின் காதைச் செவிடுபடச் செய்யாதா?”

அவனுக்குத் தன் கலையில் அளவற்ற காதல். அந்த வித்தையில் அவன் அறியாத பகுதி என்று எதையும் சொல்ல முடியாது. கத்தி, கத்தரிக்கோல், கழுத்து வெட்டி, எதையுமே அவன் வெகு லாகவமாக உபயோகிப்பான். ஆனால் சிறப்பாக அவனுக்குப் பிடித்த ஆயுதம் கழுத்து வெட்டிதான். மாய்ப்பறு கிராமத்து மக்களுங்கூட நவீனமான ஆயுதங்களில், இந்த ஒரு விஷயத்தில், நம்பிக்கையற்றவர்கள்தான். தவிரவும் மெஸ்ஸியர் பெர்டினாண்டு தன் கத்தியை மிகவும் சுத்தமாக வைத்திருப்பான். குளிர்ந்த ஜலத்தில் கை அலம்பிவிட்டு வாடிக்கைக்காரன் கழுத்தில் கை வைத்தானானால் குளுகுளுவென்று இருக்கும்.

டாபக் கபேதான். இடதுசாரிக்குத் தலைமைக் காரியாலயம். எதிர்க் கட்சிக் காரியாலயம் இருந்த இடம் பெர்டினாண்டின் பரியாரிக் கடைதான். பழமையில் நம்பிக்கையுள்ளவர்கள் வலதுசாரிக் கட்சிகளில் நம்பிக்கையுள்ளவர்கள் எல்லாரும் பெர்டினாண்டு கடையில்தான் கூடுவார்கள்; தங்கள் விவாதங்களை நடத்துவார்கள் சனிக் கிழமைகளில் 'ஊரிலுள்ளவர்கள் ஒவ்வொருவரும் க்ஷவரக் கடைக்கு வருவார்கள்; ஞாயிறுகளில் எல்லோரும் ஓட்டலில் கூடுவார்கள். ஆகவே எதிர்க்கட்சி அங்கத்தினர்கள் எல்லோரும் அடிக்கடி சந்தித்து அளவளாவ வேண்டிய நிலைமைதான் ஒவ்வொரு வாரமும் ஏற்பட்டது.

போதாததற்கு, பெர்டினாண்டின் மனைவிதான் ஊரில் மருத்துவச்சி. அவளை விட்டால் வேறு யாரும் சமயத்தில் உதவ ஊரில் கிடையாது. எனவே இடதுசாரிக்காரர்கள் பெர்டினாண்டின் விரோதத்தைச் சம்பாதித்துக்கொள்ள விரும்பாததில் ஆச்சரியம் ஒன்றுமில்லை. மாடம் பெர்டினாண்டின் கை வலுவுள்ளது; அந்தப் பிராந்தியத்திலே மிகவும் பிரசித்தமானது. தொழில் முறையில் அவள் கட்சி பிரதி கட்சிகளையும், அரசியல் கொள்கைகளையும் பொருட்படுத்துவது கிடையாது. இடதுசாரிக்காரர், வலதுசாரிக்காரர் யாராக இருந்தாலும், அவர்கள் வீட்டுக் குழந்தைகளின் தொப்புள் கொடிகளை ஒரேவிதமான கத்தியால் அறுத்துவிடுவாள் அவள். அந்த வேலையில் கெட்டிக்காரிதான் அவள்.

சந்தை நாட்களில் தவிர, மற்ற நாட்களில் இரும்புக் கடைக்காரன் கடை காலியாகத்தான் இருக்கும். மகா புண்ணியசாலிகளான கொரேல்களைப் பார்க்கவேமாட்டான் மூாய்னு. கடைக் கதவைத் தாண்டும் போது மணி அடிக்கும். ஆனால் அந்த மணிச்சப்தம் கேட்டு, வீட்டின் பின் பக்கத்தில் இருக்கும் யாரும் உள்ளே வந்துவிடுமுன், தபால்களை மேஜை மேல் வைத்துவிட்டு நகர்ந்துவிடுவான் தபால்காரன்.

சோம்பேறிப் பன்றிகள் என்று அவர்களை மாடம் பாஸ்ஸே. குறிப்பிடுவாள். மாய்ப்பறுவில் இருந்த மற்ற குடும்பங்களைவிட மிகக் குறைவாகப் பாடுபட்டார்கள் அவர்கள். அதை அந்தக் கிராமத்தார் யாரும் மன்னிக்கத் தயாராக இல்லை. அதிக உஷ்ணம் இல்லாமல் பகல் பொழுது குளுமையாக இருந்தால், கொரேல் தோட்டத்தில் கொஞ்சநேரம் வேலை செய்வான்;

அல்லது சிறிது நேரம் கடையைக் கவனித்துக் கொள்வான்; உஷ்ணமாக இருக்கும் பொழுதெல்லாம் அவன் சுகமாகப் படுத்து உறங்கிவிடுவான். அவன் மனைவி காலைமுதல் இரவு வரையில், சமையலறையில் உட்கார்ந்து கொண்டு, துணிமணிகளைத் தைத்துக் கொண்டிருப்பாள், கிழிசல்களை ஒக்கப் பண்ணிக் கொண்டிருப்பாள், அல்லது பழந்துணிகளை உருமாற்றி தன் பெண் லூஸிக்கு உள் ஆடைகளாகத் தைத்துக்கொண்டிருப்பாள் லூஸிக்குத் தையல் வேலை என்றாலே புடிக்காது. ஊசி நூலைக் கண்டாலே கோபம் கோபமாக வரும். பெரிய உருவமும், மூக்குக் கண்ணாடியுமாக அவள் இருட்டான மூலைகளில் உட்கார்ந்து கொண்டு பள்ளிக் கூட உபாத்தியாயினி தந்த புத்தகங்களைப் படித்துக்கொண்டிருப்பாள்.

கொரேல்கள், கணவனும் மனைவியும் மூன்று மாதங்களாகக் கிழவி மாடம் டெய்னை எப்படி வசப்படுத்துவது என்கிற யோசனையில் ஆழ்ந்திருக்கிறார்கள். துணிமணிகள் என்பதுதான் மாடம் கொரேலின் ஆசை. அந்தக் கிழத்தின் துணிமணிகளையெல்லாம் கைப்பற்றி விட வேண்டும் என்பதுதான் இப்போது அவளுடைய வாழ்க்கை லட்சியம். அவள் கணவனைப் பற்றிய வரையில். அவன் ஒரு தடவைக்கு நூறு தடவையாக எல்லாவற்றையும் கணக்குப் போட்டுப் பார்த்துவிட்டான்: 'பங்களா விற்றால் இவ்வளவு வரும். கிழவியின் சாப்பாட்டுச் செலவு இவ்வளவு ஆகும். இன்னும் அவள் அதிகபட்சம் ஐந்தாறு வருஷங்கள் இருந்தாலுங்கூட லாபம் இவ்வளவு கிடைக்கும்' என்று கணக்குப் போட்டுப் பார்த்துக் கொண்டுவிட்டான் அவன்.

மாம்ஸெல் செலஸ்டினைப் பார்க்க மூாய்னு போவது மிகவும் அபூர்வம். ஆனால் நாள் தவறாமல் அவனுடைய இரண்டு நாய்களும் அவள் வீட்டிற்குள் போய், தன் பூனைக்கென்று அவள் தட்டில் ஊற்றி வைத்திருந்த பாலைக் குடித்துவிட்டு வந்துவிடும்.

ஆனால் அன்று நாய்களுக்கு ஏமாற்றந்தான். அவள் வீட்டுக் கதவு சாத்தியிருந்தது. அன்று தன் வேலைகளை அதிகாலையிலேயே முடித்துவிட்டாள் போலும்!

இல்லை அன்று செலஸ்டின் இன்னும் எழுந்திருக்கவே இல்லை.

படுக்கையில் உட்கார்ந்துகொண்டு அவள் அழுது கொண்டிருந்தாள்.

மிகவும் துயரமான காரியம் ஒன்று நடந்துவிட்டது. சோகத்தின் சிகரம் அது.

நடுவேனில் தினத்தன்று அவள் சந்தைக்குப் போனாள். அவளுக்கு நினைவு தெரிந்த நாளாக அவள் அணிந்து கொண்டிருந்த மெடல் சங்கிலி எங்கேயோ அவிழ்ந்து நழுவி விழுந்துவிட்டது. அவள் எப்போதுமே எங்குமே போகாதவள். அவள் எங்கே எப்படி அதை அந்தக் கும்பலில் கண்டுபிடிக்க முடியும்? சைத்தான் தூண்ட அவள் ஒரு மெழுகுவர்த்தியை ஏற்றிவைத்துப் பிரார்த்தனை செய்துகொண்டாள். "நல்ல சந்த அந்தோணியே! என் மெடல் செயினைக் கொணர்ந்து கொடு. கோயிலில் உனக்கு ஓர் உருவச்சிலை செய்து வைக்கிறேன்" என்று வேண்டிக்கொண்டாள். மறுநாள் ஓர் ஆட்டிடையப் பையன் அவள் சங்கலியைக் கண்டெடுத்துக் கொணர்ந்து தந்துவிட்டான். நாற்பது பிராங்குகள் செலவில் வில்லெகிராண்டு நகரிலிருந்து ஓர் அந்தோணி உருவச் சிலை ஆர்டர் செய்துவிட்டாள் அவள். மாதக் கடைசியில் அதற்குப் பணம் பூராவையும் தந்துவிடுவதாக வாக்களித்து விட்டாள். இதெல்லாம் ஆன பிறகு முந்திய நாள் இரவுதான், அவளுக்குச் செய்தி தெரிந்தது. இரும்பு வியாபாரி கொரேலின் மனைவி, மடாதிபதியின் அனுமதியுடன் ஆலயத்தில் அந்தோணியின் உருவச்சிலை ஒன்றை நிறுவ முயற்சி செய்தாள் என்பது தெரியவந்தது. ஒரு வண்டியில் வைத்து, கிராமவாசிகள் எல்லோர் கண்ணிலும் படும்படியாக அந்த உருவச்சிலை கொணர்ந்து இப்போது கொரேல்களின் தோட்டத்தில் ஒரு குடிசையில் வைக்கப்பட்டிருந்தது. 'ஓர் ஆள் உயரம் இருந்ததாம் அந்தச் சிலை. பளபளவென்று வர்ணம் தீட்டப்பட்டிருந்ததாம்!'

தெய்விகமான ஒரு மயக்கத்தில் ஆழ்ந்தவளாக, செலஸ்டின் இரவு பூராவும் மண்டியிட்டபடியே பிரார்த்தனையில் ஈடுபட்டிருந்தாள். இதில் தவறு யாருடையதுமல்ல. அவள் சபதம் செய்ததை யாரிடமும் சொல்லவில்லை. மடாதிபதி தன் உருவச் சிலையைப் பார்த்து ஆச்சரியப்பட வேண்டும் என்று அவள் எண்ணினாள். ஆனால் இப்போது ஒரே ஆலயத்தில், இரண்டு சந்த அந்தோணிகளா?....

அவள் அழுதாள், கடவுள் தன் காணிக்கையை ஏற்றுக்கொள்ளவில்லை என்று மனம் வருந்தினாள், தான் பாவி என்று எண்ணினாள்.

திடீரென்று அவள் தன் தலையை நிமிர்த்திப் பார்த்தாள். படுக்கையிலிருந்து குதித்து எழுந்தாள். பாவாடைகூட அணிந்து கொள்ளாமல் மேல்மச்சுக்கு ஓடினாள். ஏணியில் ஏறிக் கூரையை அடைந்தாள். அங்கிருந்து பார்த்தால் குறுகிய பாதையும் அப்பால் கொரேல்களின் தோட்டமும் அதில் அந்த உருவச் சிலை வைத்திருந்த குடிசையும் தெரிந்தன. தோட்டத்து வேலிக்கும் குடிசைக்கும் இடையே மரக் கட்டைகள் அடுக்கப்பட்டிருந்தன காய்ந்த மரங்கள் மீது தீக்குச்சியைப் பற்ற வைத்து, ஒரு காகிதத்தைக் கொளுத்திப் போட்டாள்.....

கழுத்தை வளைத்துப் பார்த்துக்கொண்டு, பீதியால் செயலற்றவளாக, இரண்டொரு விநாடிகள் அப்படியே நின்றாள். அவள் கண்கள் நெருப்புக் கங்குகளைக் கக்கின.

அந்தக் குடிசை கொரேல்களின் குடிசை.

8

மடாதிபதியின் வீட்டுக்கு முன்னால் ஒரு விசாலமான முற்றம் இருந்தது. பின்னால் ஒரு தோட்டம் இருந்தது. வீட்டுக் கதவை யாராவது தட்டி மணி அடித்தால் எதிர்ப்படுவது மாம்ஸெல் வெர்ண்தான். அதனால் யாரும் அந்தக் கதவைத் தட்டமாட்டார்கள்; மணியையும் அடிக்கமாட்டார்கள்

மாம்ஸெல் வெர்ண் என்பது மடாதிபதி வெர்ணின் சகோதரி. வயதானவள் அசட்டுத்தனமாகப் பொறுப்பில்லாமல் பேசுவதில் வல்லவள். அவள் வாழ்க்கை பிறர் வாழ்க்கைக்கு ஓர் உதாரணமாக உபயோகப்படக் கூடியது. கன்னி கழியாதவள். கிராமத்தைச் சரியானபடி கண்காணித்து வந்தவள் அவள்தான். அவளுக்கு ஊராரைக் கண்டாலே பிடிக்காது. ஊராருக்கும் அவளைக் கண்டால் கொஞ்சமும் பிடிக்காது. மடாதிபதியின் நிழலில் எப்போதுமே எங்குமே பழமை மோகம் பிடித்தவர்கள் பலர் ஒளிந்துகொண்டிருப்பது வழக்கம் அல்லவா? தனக்குப் பிடிக்காத மக்கள் மேல் இந்தப் பழமை மோகங்களை ஏவிவிட்டு வேடிக்கை பார்ப்பதிலே மகா கெட்டிக்காரி அவள்.

மாரிக் காலத்திலுங்கூட ஆலய அதிகாரி தோட்டத்தில் வேலை செய்துகொண்டிருப்பார். குறுகிய சந்தில் புகுந்து போய், சைக்கிள் பெடல்கள் மேல் நின்றபடியே, “மெஸ்ஸியர் வெர்ண்” என்று கூப்பிடுவான் ழூாய்னு.

தலைமுதல் கால் வரையில் ஆலய அதிகாரிக்கு ஒரு நடுக்கு நடுக்கும். மண்வெட்டியைப் பூமிக்குள் வெட்டிப் போட்டுவிட்டு, வாத்து நடக்கிறமாதிரி நடந்து வருவார். இப்போது சில வருஷங்களாக ஆலயத்தில் மேடைமீது ஏறும்போதுகூட வெர்ண் இப்படியேதான் நடக்கிறார். (நம் ஊரில் இருப்பது மடாதிபதி அல்ல' என்று சவக்குழி வெட்டும் பாஸ்கலான் சொல்லுவான். 'அது ஒரு காமிக் காட்சி' என்பான்)

அப்பே வெர்ண் மரியாதையாகத் தம் தொப்பியை எடுத்துவிட்டு, தம் தபால்களை வாங்கிக்கொள்வார். சாதாரணமாக அவருக்கு வருகிற தபால்களை எல்லாம் ஒரு நாள் தாமதமாகத்தான் தருவான் மூாய்னு. மத குருவின் கடிதங்களைப் பிரத்தியேகமாகக் கவனித்து வந்தான் மூாய்னு என்று சொல்வது மிகையாகாது. அவன் பட்டுவாடா செய்வது கிடையாது. இதை அப்பே வெர்ணும் ஊகிக்காமல் இல்லை. அதை அவர் ஏற்றுக் கொள்ளவும் தயாராக இருந்தார். மன்னிக்கவும் தயாராக இருந்தார். தாராள சிந்தையுடன் அவருக்கு இது விஷயத்தில் ஓர் அலட்சியமும் உண்டு.

அப்பே வெர்ண் வயதானவர். அவரைக் கறுப்பு என்றுதான் சொல்லவேண்டும். அவர் கண்களிலே ஓர் உஷ்ணம் இருந்தது. எலும்பும் தோலுமாக இருப்பார். நரம்பு வியாதியால் அவர் அவஸ்தைப்பட்டுக்கொண்டிருந்தார்.

முப்பத்தைந்து வருஷங்களுக்கு முன் மாய்ப்பறுவில் அவர் வந்து சேர்ந்தபோது அவரிடம் ஒரு மாணவனின் மூட்டை முடிச்சுகளும், உற்சாகமும் இருந்தன. பழமையான பழக்க வழக்கங்களை உடைய மக்களை அவர் எதிர்த்துப் போராட வேண்டியதாக இருந்தது. அவர்களுக்குத் தங்களைப் பற்றிய சிந்தனைகளைத் தவிர வேறு சிந்தனைகளே கிடையா. அவரவர்களுடைய வியாபாரங்களையும் பற்றுவரவுகளையும் அன்றாடப் பணப் புழக்கங்களையும் தவிர வேறு ஞாபகங்களே அவர்களுக்குக் கிடையா. மதவிஷயங்களைப் பற்றி மக்களுக்கு இருந்த அலட்சியத்தைப் போக்கடிக்க அவர் ஆரம்ப நாட்களில் வெகுவாகப் பாடுபட்டுப் பார்த்தார். அவர்கள் கிறிஸ்துவ வாழ்க்கை வாழவேண்டும் என்று வற்புறுத்திப் பார்த்தார் அதெல்லாம் பயன்படவில்லை. ஆலயத்துக்குத் தவறாமல் வந்து கொண்டிருந்தவர்கள்கூட அவர் சொல்வதைக் காதில் வாங்கி அதன்படி நடக்கத் தயாராக இல்லை.

கிராமசபை, தருமப் பள்ளிக்கூடம், நல்லது - செய்ய ஒரு சங்கம் எல்லாம் பெயரளவில் ஏற்பாடாகி இருந்தது. ஈடுபட்டு நடத்திவைக்கத்தான் ஒருவனையும் காணவில்லை. ஈடுபட்டு வேலை செய்ய ஆட்களில்லாமல் என்னதான் செய்து விடமுடியும்? தலைமுறை தலைமுறையாக, கிராமவாசிகள் கஞ்சர்களாக இருக்கப் பழகியவர்கள். தரும சிந்தனை என்பதே இல்லாதவர்கள். அவர்கள் மனத்தில் அந்தப் பகுதி அவர்களுக்கு மரத்தே போய்விட்டது என்று சொன்னால் அது மிகையே ஆகாது. அவநம்பிக்கையும் பொறாமையும் கணக்குப் பார்க்கும் தன்மையும் மலிந்த சமூகம் அது. முட்டாள்தனம் என்பது, புற்றுநோயைப் போலத் தவிர்க்க முடியாத ஒரு வியாதியாக அவர்களிடையே பரவியிருந்தது. இப்படியேதான் எப்போதும் இருந்து வந்ததா? இந்தக் கேள்வியை அப்பே வெர்ண் அடிக்கடி தம்மையே கவலையுடன் கேட்டுக் கொள்ளுவார். நூற்றாண்டுக் கணக்காக ஆலயத்தில் மண்டியிட்டுப் பிரார்த்தனை செய்ய வந்து கொண்டிருக்கும் சாதாரணப் பிரெஞ்சு மக்களா இப்படி இருந்தார்கள்? ஆலயத்துக்கு அவர்கள் இன்னமும் வந்து கொண்டிருந்தது எதற்காக? நம்பிக்கையை நாடியா? ஆத்மாவின் தேவைகளை உத்தேசித்தா? பயத்தால் வந்தார்களா? கடவுளிடமும் மடாதிபதிகளிடமும் அவர்களுக்குப் பயம் இருந்தது என்பது உண்மைதானா? அல்லது இருப்பதை எல்லாம் மதித்து நடந்து கொள்ளவேண்டும் என்கிற ஒரு கௌரதையான உணர்ச்சியா? இப்படி எல்லாம் வருகிறவர்களால் யாருக்கு என்ன லாபம்? இவர்களைக் காப்பாற்ற, சீர்திருத்த யாராலும் முடியாது!

கொஞ்சங் கொஞ்சமாகப் பொதுவான ஓர் அலட்சியம் அப்பே வெர்ணுக்குத் தோன்றிவிட்டது. தைரியம், உற்சாகம், உடல் நலம், பொறுமை எல்லாம் போய் இப்போது அவருக்கு மிஞ்சியிருந்தது எல்லாம் இந்த அலட்சிய பாவந்தான். ஆகவே அவர் வெளியே கிளம்புவதே கிடையாது. உள்ளூரப் பிரயாணம் செய்து கொண்டு தம் காரியத்தில் பாடுபடுவார். மிகவும் குறுகிய மனப்பான்மையுடன் விதிகளை ஏற்படுத்திக்கொண்டு, அவ்விதிகளின்படி வாழ்ந்து வந்தார் அவர். அவருக்கு ஆறுதல் அளித்தது அந்தக் கறிகாய்த் தோட்டந்தான். பெரிய தோட்டம் அது; நிறைய நீரும் பாய்ந்தது; நல்ல வளமான பூமி. அதில் பத்து மணி நேரம் தினம் வேலை செய்வார். அவர் அவருடைய பதவிக்கு அவருக்குக் கிடைத்த ஊதியம் மிகவும் சொற்பமே. ஆகவே அவர் கறிகாய்கள் பறித்துச்

சொற்ப விலைக்கு லூடருக்கு விற்றுவிடுவார். எல்லாமாகச் சேர்ந்து சௌகரியமாகச் சாப்பிடுவதற்கும் தான தருமங்கள் சொற்பம் செய்யவும் அவருக்குப் போதுமானதாக இருந்தது.

ஆலயம், வீடு, கிராமவாசிகள் எல்லாவற்றையுமே நாளடைவில் அவர், போராட்டம் எதுவுமின்றி, வாய் ஓயாமல் கொடுங்கோல் செலுத்திய தம் சகோதரியிடம் ஒப்புவித்துவிட்டார். மாஸ் செய்கிற காலந் தவிர மற்ற நேரங்களில் அவர் ஆலயத்துப் பக்கம் இப்பொழுதெல்லாம் போவதே கிடையாது. ஆனால் ஒவ்வொரு ஞாயிறன்றும், பெரிய மாஸ் காலத்தில், யார் வந்தாலும் வராவிட்டாலும், சபை சின்னதோ பெரியதோ, மனசாட்சிக்கு விரோதமில்லாமல், ஆலயத்துக்குப் போய்த் தம் கடமையைச் செலுத்திவிடுவார். அநேகமாக ஸ்திரீகளும் கிழவிகளுந்தான் அப்பேயின் மதப் பிரசங்கத்தைக் கேட்க வருவார்கள்.

வீட்டின் ஜன்னல்களில் ஒன்று மடார் என்று திறக்கப்பட்டது. “உடனே வா” என்று வீட்டிற்குள்ளிருந்து கூவினாள் மாம்ஸெல் வெர்ண்.

நெல்லி மரத்துக்கு அடியிலிருந்து நிமிர்ந்து கூரே வெர்ண் கூடையைக் கீழே வைத்துவிட்டு அவசரம் அவசரமாகச் சட்டைப் பித்தானை மாட்டிக் கொண்டு கிளம்பினார்.

கணப்பண்டை அழுது கொண்டு, கூவிக் குறுகி உட்கார்ந்திருந்தாள், மாம்ஸெல் செலஸ்டின்.

“குருவே, நான்தான் முதலில் அந்தோணி உருவச் சிலையை ஆலயத்திற்குத் தருவதாகப் பிரார்த்தித்துக் கொண்டேன். நான்தான் முதலில் பிரார்த்தித்துக் கொண்டேன்.”

மாம்ஸெல் வெர்ண் யார் எதிர்ப்பட்டாலும் அவர்கள் மனசாட்சியை அளந்து பார்க்கத் தயாராக இருப்பவள். பேச்சு அதிகமான ஒரு சுய நம்பிக்கையுடன் விஷயத்தை வார்த்தைகளில் விளக்கினாள்.

“கவலைப்படாதே!” என்றார் அப்பே வெர்ண், அழுது விம்மிக்கொண்டிருந்த செஸ்டினிடம். ‘உன் பிரார்த்தனையை நீ செலுத்தாமல் இருக்கலாம். செலுத்த வேண்டியதில்லை என்று சொல்ல என்னால் முடியும். வேறு ஏதாவது உருவச்சிலை கொடு.

ஒரு ஜோன் சிலை கொடு. அந்தோணிக்குப் பதில் ஜோன் சிலை கொடுப்பதில் தவறு ஒன்றும் இல்லை.”

ஆனால் செலஸ்டின் கையைப் பிசைந்துகொண்டு இன்னும் அதிகமாக அழத்தொடங்கினாள். ஜோன் சிலை தருவது என்கிற யோசனையே அவளுக்குக் கசப்பது போல இருக்கிறது.

“மெஸ்ஸியர் அப்பே, சந்த அந்தோணிக்குப் புரியுமோ புரியாதோ என்றுதான் சந்தேகமாக இருக்கிறது. என்னிடம் உள்ளதையும் அந்தோணி பிடுங்கிக்கொண்டுவிட்டால் என்ன செய்வேன் நான்? பிரார்த்தனை செலுத்தவில்லை எனை அந்தோணி தண்டித்துவிட்டால் என்ன செய்வது?”

மிகவும் ஜாக்கிரதையாகவேதான் அப்பே வெர்ண் தம் முகத்தைக் கண்காணித்துக் கொண்டார். எனினும் அவர் முகத்தில் நரம்புகள் துடி துடி என்று துடித்தன. சும்மா ஓர் இடத்தில் இருக்க முடியாமல் இரண்டு கிழட்டுக் கன்னிகளுக்கும் இடையில் குறுக்கும் நெடுக்கும் நடந்து கொண்டே இருந்தார்.

மாம்ஸெல் வெர்ண் எல்லாவற்றிற்கும் அவரைத்தான் குற்றம் சாட்டினாள்: “எல்லாம் உன் குற்றந்தான். ஏன் கொரேல்களின் அந்தச் சிலையை நீ ஏற்றுக் கொண்டாய்? போய் அவர்களைப் பார்த்து அவர்களை வேறு ஏதாவது தரச் சொல்லு.”

சமையல் அறையில் மாடம் கொரேல் தையல் வேலை செய்து கொண்டு உட்கார்ந்திருந்தாள். அவள் பக்கத்தில் அவள் பெண் லூஸியும் உட்கார்ந்திருந்தாள். முட்டகோஸ் வாசனை சமையலறையில் நிறைந்திருந்தது. ஈக்களும் சுதந்திரமாகத் திரிந்து பறந்துகொண்டிருந்தன.

மாடம் கொரேல் வந்தவரை உட்காரச் சொல்லி ஒரு நாற்காலியைக் காட்டினாள்.

“உட்காருங்கள், மெஸ்ஸியர் அப்பே.” தனக்குள் அவள் சிந்தித்துக் கொண்டிருந்தது இதுதான்: “இவரை மாடம் டெய்ன்தான் அனுப்பியிருப்பாளோ? அதைப்பற்றி இவர் பேச ஆரம்பிப்பார் என்றால், லூஸி அதைக் கேட்டுக் கொண்டு இருப்பானேன்?” என்று. அவளை ஏதோ கொண்டுவா என்று தோட்டத்துக்கு அனுப்பிவிட்டாள்.

வெர்ண் உட்கார்ந்தார். ஆனால் உடனேயே எழுந்து விட்டார். பிறகு நின்றுகொண்டே பேசுவது என்று தீர்மானித்து விட்டார். கால்மாற்றிக் கொண்டு நின்றார்.

இரைந்து மூச்சுவிட்டார். நீருக்குள் விழுந்து எழுந்த நாய்போல உடலை உதறிக் கொண்டார். தாம் வந்த காரியத்தை விவரமாகச் சொன்னார்.

“மாடம் கொரேல், நீங்கள் இரக்கமான மனமுள்ளவர். உங்கள் தரும சிந்தனையைத் தூண்டிவிட நான் வந்திருக்கிறேன். அவளுடைய உருவச்சிலையை ஆலயத்தில் வைக்காவிட்டால் தன்னை அந்தோணிச்சாமி சபித்துவிடும் என்று அவள் பயப்படுகிறாள். அவளால் தூங்கவே முடியவில்லை. அவள் உடல் நலங்கூட இதனால் கெட்டுவிடும் போல இருக்கிறது. எளியவன்; ஏழை; அதிக அறிவில்லாதவள்; அவள் மனம் புண்ணாகாமல் பார்த்துக்கொள்ள வேண்டும்...”

தரையைப் பார்த்துக்கொண்டே உட்கார்ந்தாள் மாடம் கொரேல். அவள் முகம் மெதுவாக ரத்தச் சிவப்பாகச் சிவந்தது. மார்பிலே தன் கைகளை மடித்துக் கட்டிக்கொண்டு உட்கார்ந்திருந்தாள்.

“ம்... முன்னரே தெரிந்திருந்தால் இந்தச் செலவு பண்ணியிருக்க மாட்டோம். ஆனால் நடந்தது நடந்துவிட்டது, மெஸ்ஸியர் கூரே. சிலை, பீடம் எல்லாமே தயாராகிவிட்டதே! எங்கள் பெயரைச் செதுக்கிக் கல்லைக்கூடத் தயார் செய்தாகி விட்டதே! கொரேல்களின் தருமம் என்று எழுதியாகிவிட்டது!” அவள் குரல் உரக்க எழுந்தது. “அவ்வளவுக்கும் பணமும் தந்தாகிவிட்டது. கொடுத்த பணத்துக்கு உரியதை நாங்கள் எதிர்பார்ப்பதில் தவறு எதுவும் இல்லையே!”

“உங்கள் செலவுகளை எல்லாம் அவள் ஒப்புக்கொள்கிறேன் என்கிறாள்.”

“என்ன? எல்லாச் செலவையுமா?”

“எல்லாவற்றையுந்தான்!”

இதைக் கேட்டதும் சிறிது நேரம் தயங்கினாள் மாடம் கொரேல். யோசித்தாள். “என் கணவரைக் கேட்க வேண்டும்,” என்றாள்.

படுக்கையில் படுத்துக்கொண்டே பகற்கனவுகள் கண்டுகொண்டிருந்த

கொரேல் தோள்பட்டைகளைச் சரிப்படுத்திக் கொண்டு இறங்கி வந்தான். பேரிக்காய் மாதிரி இருந்தான் அவன். இப்போது தூங்கி வழிகிற பேரிக்காய் மாதிரி இருந்தது. அவன் மோவாய்க்கட்டை கழுத்துக்குள் மறைந்து விடுவதுபோல இருந்தது. கழுத்து, தோள் பட்டைக்குள் அழுந்திவிட்டது போல இருந்தது. தோள்பட்டைகள் பிருஷ்ட பாகம் வரையில் எட்டுவது போல இருந்தன. தரையில் அவன் உட்கார்ந்துவிட்டானானால் அவனை யாரும் கவிழ்க்க முடியாது என்பது நிச்சயம்.

விஷயத்தை அறிந்துகொண்டவுடன், அவன் தன் மனைவியை ஒரு பார்வை பார்த்தான்.

“இதோ பாருங்கள் மெஸ்ஸியர் கூரே, நான் காணிக்கை நிறுத்திக் கொண்டு விடுகிறேன். அந்தப் பெண் அப்படி வருத்தப்படுகிறாள் என்றால் வேறு என்னதான் செய்வது? ஆனால் செலவு என்னவோ அதிகமாகத்தான் ஆகியிருக்கிறது. நன்றாகச் செய்ய வேண்டும் என்று எண்ணியிருந்தோம் நாங்கள். உருவச் சிலைக்கு மட்டும் இருநூறு பிராங்குகள் ஆயின. விலைப்பட்டியலைக் காட்டுகிறேன், பாருங்கள். வந்து சேரச் செலவு எல்லாமாகச் சேர்ந்து, இருநூற்று இருபது பிராங்குகள் என்று சொல்லலாம். ரொக்கமாகக் கொடுத்தது எல்லாம். கொரேல் செய்த தருமம் என்று எழுதிய கல்லுக்கு வேண்டுமானால் காசு எதுவும் தர வேண்டாம். அதை மண்பூசி மறைத்துக் கடவுள் பெயரால் தந்துவிடுகிறேன்...”

அப்பே வெர்ணின் முகநரம்புகள் இடைவிடாமல் துடித்தன. அவ்வளவு ஆனந்தம் அவருக்கு. இந்த அசட்டு அலுவல் ஒருவழியாக முடிந்துவிட்டது.

கொரேல் மௌனமானான். கணக்குகளை மனத்துக்குள் போட்டுப் பார்க்கவேண்டும் என்று எண்ணினான் அவன். உருவச்சிலை, பெயர்க் கல், எல்லாமாக அவனுக்கு ஒரே ஒரு பிராங்குதான் அடக்கமாயிற்று. மாடம் கொரேல் கிறிஸ்துவ வாலிபர்கள் சங்க லாட்டரியில் ஒரு பிராங்க் கொடுத்து டிக்கெட் வாங்கினாள். அசட்டுத்தனமாக அதில் பரிசு வந்தது அந்தச் சிலை. விலைப் பட்டியலில் அதன் விலை இருநூறு பிராங்குகள் என்றுதான் போட்டிருந்தது. கொண்டு சேர்க்கவும் ஒன்றும் செலவாகி விடவில்லை. லாட்டரிக்காரர்கள் இனாமாகவே அதை அனுப்பி வைத்துவிட்டார்கள். அதைக் கொணர்ந்து சேர்த்த லாரி

டிரைவருக்கு ஒரு கோப்பை மது மட்டும் அவன் தர வேண்டியதாக இருந்தது. 'மொத்தத்தில் ஒரு நாள் காலைப் பொழுதுக்கு நல்ல லாபகரமான வியாபாரம்தான். இதை விட லாபகரமான பேரம் வேறு என்ன இருக்க முடியும்?'

இதில் அவனுக்குத் தெரியாத விஷயம் இதுதான். அவன் லாபத்தில் மிகப்பெரிய பங்கு என்ன என்று அவனுக்குத் தெரியவே தெரியாது. அவன் மட்டும் இந்த ஏற்பாட்டுக்குச் சம்மதிக்காமல் இருந்திருந்தால் அவன் தோட்டத்துக் குடிசை மரங்கள் எல்லாம் மறுநாளே தீக்கு இரையாகியிருக்கும் என்பது அவனுக்குத் தெரியாது!

9

கோயிலுக்குப் பின்னாலிருக்கும் வீடுகளிலிருந்து புகை வானத்தை நோக்கி எழும்பிக் கொண்டிருந்தது. பூலாத் என்பவனின் வண்டிச் சக்கர உலைக்களத்திலிருந்து புகை அடர்த்தியாக எழுந்து கொண்டிருந்தது.

மூன்று மாதங்களுக்கு ஒருமுறைதான் அவன் வண்டிச் சக்கரங்கள் மாட்டத் தயாராக இருப்பான். அதாவது போதிய வண்டிச் சக்கரங்கள் சேர வேண்டும். ஒரேயடியாக ஒரு நாளில் வேலை செய்து அத்தனை சக்கரங்களுக்கும் கட்டுப்போட்டு விடுவான். அண்டை அசலில் உள்ளவர்கள் எல்லாரும் அவன் வண்டிக்குக் கட்டுப் போடுவதை வேடிக்கை பார்க்க வந்து கூடிவிடுவார்கள். காசில்லாத சர்க்கஸ் வேடிக்கை அது. பூலாதுக்குக் கொடுக்க மூாய்னுவிடம் ஒரு கடிதமும் இல்லை; பத்திரிக்கை கூட இல்லை. ஆனாலும் குறுகிய அந்தச் சந்தில் புகுந்து மற்றவர்களுடன் கலந்து கொண்டு வேடிக்கை பார்க்க அவன் தயங்கவில்லை. வெளி முற்றத்தில் ஏகப்பட்ட சந்தடியும் கூட்டமுமாக இருந்தது. பூலாதுக்கு இந்தக் காரியத்தில் அவன் மகன் நிகோலஸூம், உதவியாள் ஜோஸப்பும் உதவி செய்தார்கள். கணகணவென்று எரிந்து கொண்டிருந்த அகன்ற வாயுடைய உலையைச் சுற்றி எல்லாரும் நின்றுகொண்டிருந்தார்கள். பழைய காலத்துக் கொடி அடுப்பு மாதிரி திறந்தவெளியின் மத்தியிலே இருந்தது அந்த உலைக்களம்.

பூலாதுக்கு வயது அதிகமாகிவிட்டது. அவனைப் பார்த்தால் ஒரு வஸ்தாது மாதிரி இருந்தான். அவன் முகம் பதனிடப்பட்ட தோலால் ஆன மாதிரி இருந்தது. முகத்தைச் சுற்றிலும் புசுபுசுவென்று சிவந்த தாடி. திரைகடலோடிய அநுபவம் மிக்க மாலுமி போல இருந்தான் அவன் பார்ப்பதற்கு. அண்டை அசலுக்குத் தெரிந்தது அவன் என்றும் சிரித்ததே இல்லை. பதினைந்து வருஷங்களுக்கும் அதிகமாக அவன் மனைவி அவனுக்கு அடிமைப்பட்டிருந்துவிட்டு விடுதலை பெற்றுவிட்டாள். அவள் வாழ்வைச் சகிக்க முடியாததாகப் பண்ணிக்கொண்டிருந்தான் அவன். காச நோயால் சிறிது காலம் வருந்திவிட்டு அவள் இறந்தாள். நிகோலஸ் என்று ஒரே ஒரு பையன்தான் அவனுக்கு. நிகோலஸுக்குத் தன் தகப்பனின் தொழில் பிடிக்கவில்லை. ஏதாவது ஆபீஸில் குமாஸ்தாவாகப் போய்விட வேண்டுமென்று அவனுக்கு ஆசை. ஆனால் வாய் திறந்து அதைத் தகப்பனிடம் சொல்ல அவனுக்குத் தைரியமே வரவில்லை. பூலாதைக் கண்டால் யாருக்கும் அவ்வளவாகப் பிடிக்காது. அவனுடன் யாரும் சிநேகமாக இருக்க முடியாது என்றுதான் எல்லாருமே சொன்னார்கள். ஆனால் அதனால் அவன் தொழில் சிறிதும் பாதிக்கப்படவில்லை. வில்லே கிராண்டு நகரம் வரையில் சக்கரத்துக்குக் கட்டுப்போடுகிறவனாக அவன் புகழ் ஓங்கிப் பரவியிருந்தது.

சக்கரங்களுக்குக் கட்டுப் போடுவதற்கான காரியங்கள், முதல் நாளே தொடங்கிவிட்டன. ஒரு டஜனுக்கும் அதிகப்பட்ட கட்டுகளை வைத்து, அவற்றைச் சுற்றி வளையம் வளையமாக விறகுக்கட்டைகளை அடுக்கி வைத்தான் மரமும் வைக்கோலும் அடியில் இருந்தன. கட்டுகளுக்கு நெருக்கமாகப் பழைய மரத்தையும் எரியக் கூடிய சாமான்கள் பலவற்றையும் அடுக்கினான். மரவட்டங்களைத் தவிர, இரும்புக் கட்டு வெளியே தெரியவே இல்லை. பிறகு காலையில் ஒரு காலன் பெட்ரோலைத் தெளித்து நெருப்பு வைத்துவிட்டான்.

மரம் திகுதிகுவென்று பற்றிக் கொண்டது. கறுத்த புகை வானளாவ எழும்பிப் படர்ந்தது. கூரை மேல் சிறிது நேரம் தயங்கித் தவித்தது. உஷ்ணமும் புகையும் மனிதர்களைச் சிறிது நேரம் திக்குமுக்காடச் செய்தன.

பூாய்னு அருகில் வந்து பார்க்கும்போது கருகிய மரக்கட்டைகள்

உள்வாங்கத் தொடங்கிவிட்டன. இரும்புக் கட்டு வளையங்கள் கணகணவென்று ஜ்வலித்த தணலுக்கு மேல் வெந்து தெரிந்தன. இந்த விநாடிக்காகத்தான் பூலாத் காத்துக்கொண்டிருந்தான். அவன் வேலை இனிமேல்தான் இருந்தது. பைத்தியக்காரக் கொடுங்கோலன் அவன், எல்லாக் காரியங்களையும் தானே செய்ய வேண்டும் என்று பேராசை. அவனுக்குக் கூட உதவிய இரண்டு பையன்களும் அவன் கேட்டதைக் கொணர்ந்து தந்தார்கள். அவன் கொடுத்த வசவுகளை வாங்கிக்கொண்டார்கள்.

“சுறுசுறுப்பாக இருங்கள்” என்று உத்தரவிட்டான் பூலாத்.

நிகோலஸும் ஜோஸப்பும் கட்டுப்போட வேண்டிய முதல் சக்கரத்தை உருட்டிக் கொணர்ந்தார்கள். நெருப்புக்குப் பக்கத்தில் அதை உருட்டி அதை ஓர் இரும்புப் படிமேல் தூக்கி வைத்தார்கள்; அந்த இரும்புப்படி நட்சத்திர உருவத்தில் இருந்தது. இருசில் ஒரு துப்பு அடித்து அதை அந்த இரும்புப் படியில் அசையாமல் நிறுத்தினார்கள். மூன்று பக்கங்களிலும் மூன்று பேரும் சரிசமமான தூரத்தில், கையில் இரும்புக் கொத்திகளுடன் நின்றார்கள்.

“ஒன்று... இரண்டு... மூன்று” என்று கத்தினான் கிழவன்.

மூவரும் ஒரே சமயத்தில் இரும்புக் கொக்கிகளால் இரும்புக் கட்டு வளையத்தை எடுத்துச் சக்கரத்தின் மேல் போட்டார்கள். சுற்று வளைவில் வைத்து அழுத்தித் தட்டினார்கள். சக்கரத்து மரம் சிவக்கக் காய்ந்திருந்த இரும்பு பட்டதும் பற்றி எரியத் தொடங்கியது.

“சீக்கிரம், சீக்கிரம்” என்று கத்தினான் பூலாத்.

பக்கத்தில் இரண்டு பீப்பாய்களில் ஜலம் இருந்தது. நிகோலஸும் ஜோசப்பும் குவளைகளில் ஜலத்தை மொண்டு மொண்டு சக்கரத்தின் மேல் ஊற்றினார்கள். கண்ணைப் பறிக்கிறமாதிரி வெள்ளையாக, காது செவிடுபடுகிற மாதிரிச் சப்தத்துடன், நீராவி ‘உஸ்’ என்று சீறியது. சுற்றிலும் நின்ற ஜனங்கள் பயந்து பின்னிட்டார்கள். ஓர் இடத்தில் தீயை அணைத்தால் வேறு ஓர் இடத்தில் தீப்பற்றிக் கொள்கிறமாதிரி இருந்தது. சுறுசுறுப்பாக ஜலத்தை மொண்டு மொண்டு ஊற்றினார்கள் இரண்டு பையன்களும். கட்டு வளையம் சூடாக இருக்கும்போதே பல இடங்களில் தட்டி அந்த வளையத்தைச் சக்கரத்தைக் கெட்டியாகப்

பிடித்துக்கொள்ளும்படி செய்தான் பூலாத். இரும்பு குளிர்ந்ததும் சக்கரத்தைக் கெட்டியாகப் பிடித்துக் கொண்டு விட்டது. முதல் சக்கரம் தயாராகிவிட்டது.

“எடு” என்று கத்தினான் கிழவன்.

ஜாக்கிரதையாக இரண்டு பையன்களும் சாம்பல் ஜலம் எல்லாவற்றிற்கும் மேலாகச் சக்கரத்தைத் தூக்கினார்கள். இருசுக்குள் ஓர் இரும்புக் கம்பியைக் கொடுத்து அதை உருட்டிவிட்டான் பூலாத். ஒரு மூலையில் தண்ணீருக்குள் தொங்கும்படியாக அந்தச் சக்கரத்தை ஒரு தூக்குமரத்தில் தொங்கவிட்டான். லேசாகச் சக்கரம் ஜலத்துக்குள் சுழன்று சுழன்று வந்தது.

சின்னவன் ஜோஸப்புக்கு இதற்குள்ளாகவே களைப்பு ஏற்பட்டுவிட்டது. களைப்பினால் அவனுக்குப் பார்வையிலே ஒரு ஜுர வேகம் ஏற்பட்டுவிட்டது மாதிரி இருந்தது. அவனுடைய நீலக் கால் அரைச் சராய் முழுவதும் ஈரமாகிவிட்டது. வேர்வையால் அவன் சட்டை அவன் முதுகில் ஒட்டிக்கொண்டிருந்தது.

“அடுத்தது” என்றான் பூலாத்,

“வாருங்கள், போவோம்” என்று தன் நாய்களைக் கூப்பிட்டுக்கொண்டு கிளம்பினான் ழாய்னு.

10

மாடம் மாஸ்ஸோவின் வாழ்க்கையைப் போலவேதான் இருந்தது, அவள் வீடும். மிகவும் கெடுபிடிகள் நிறைந்ததாக, மிகவும் குறுகலானதாக இருந்தது. தெருவிலிருந்து பார்த்தால் சிறைச் சுவர் மாதிரி ஜன்னலே அற்ற ஒரு பெரிய கனமான சுவரும் அதில் சிறைத் திட்டிவாசலைப் போல ஒரு வாசலையும் தவிர வேறு எதுவும் தெரியாது. மாடம் மாஸ்ஸோவுக்கும் அவள் பெண்ணுக்கும் நிறையவே பணம் இருந்தது, ஊரில் அது எல்லாருக்கும் தெரியும். ஆனால், அவர்கள் இருவருக்கும் மட்டும் அது தெரியாது போலும்! அவ்வளவு எளிய வாழ்க்கை வாழ்ந்து வந்தார்கள் அவர்கள் தான தருமத்தால் உயிர் வாழும் ஏழைகள் போல வாழ்க்கை நடத்தினார்கள் அவர்கள். மாதாந்திரக் கடன்களைக் கொடுக்க முடியாமல் போய்விடுமே என்கிற பயத்துடனேயே அவர்கள் தினமும் பொழுதைக் கழித்துக்கொண்டிருந்தார்கள்.

இதற்கெல்லாம் பயப்படுகிறவனா பூாய்னு? அவனும் அவன் நாய்களும் அந்த வீட்டுச் சுவரைத் தாண்டிப் பிரவேசித்தார்கள்.

கல் தளம் போட்ட வெளிமுற்றத்தின் மூன்று பக்கங்களிலும் வீடு பரந்து கிடந்தது. அந்த முற்றத்தின் மத்தியிலே முப்பத்தைந்து வயதிருக்கும் ஒரு கன்னிப் பெண், தலையில் ஒரு நியூஸ் பேப்பரைக் குல்லாயாக அணிந்துகொண்டு வெளியில் நின்று பறவைகள் கூட்டைச் சுத்தம் செய்து கொண்டிருந்தாள்.

"உன் அம்மாவுக்கு ஒரு ரிஜிஸ்டர் பாக்கெட் வந்திருக்கிறது. அம்மாளின் கையெழுத்து வேணும், மாம்ஸெல்."

கையில் இருந்த பறவைக் கூட்டையும் நீர் வாளியையும் கீழே வைத்தாள் மாம்ஸெல் மாஸ்ஸோ, ழூாய்னுவை அவள் பார்த்த பார்வையில் ஆச்சரியமும் கெட்ட எண்ணமும் கலந்திருந்தன. பதிலே சொல்லாமல் உள்ளே போய்விடுவாளா அவள்? அல்லது முன்னால் வந்து அவனை வெளியே விரட்டிக் கதவைத் தாழிட்டுவிடுவாளா? இரண்டில் எதுவும் செய்யலாம் அவள். ஆனால் கடைசியில் தன் தோள்பட்டையை ஓர் உலுக்கு உலுக்கிவிட்டு, திரும்பி, வீட்டுக்குள் போனாள். அவளைத் தொடர்ந்து ழூாய்னுவும் போனான். கல் தளம் போட்ட ஒரு பெரிய கூடத்தில் மிகவும் குளுமையாக இருந்தது. அதற்கு அப்பாலிருந்த மரப் படிக்கட்டுகளில் ஏறினார்கள். அந்த மரப் படிக்கட்டுகள் மிகவும் பழையவை; மனிதர்கள் உபயோகித்து உபயோகித்துத் தேய்ந்திருந்தன.

மேலே அறையில் மாடம் மாஸ்ஸோ உட்கார்ந்து தையல் வேலை செய்துகொண்டிருந்தாள். அவள் அறை ஜன்னல் கதவுகள் சாத்தியிருந்தன. அவள் காதுகளும் மூடித்தான் இருந்தன. டமாரச் செவிடு அவள் பழைய காலத்து உருவப் படங்களில் காணப்படுவது போன்ற பட்டு ஆடை ஒன்றை அணிந்திருந்தாள் அவள். அந்த ஆடையும் பழசாகப் பல இடங்களிலும் வாடியும் கசங்கியும் கிழிந்தும் இருந்தது. இரவு பகல் என்று பாராமல் இரவில் இப்போதெல்லாம் அவளால் தூங்கமுடிவதே இல்லை. அவள் தையல்வேலை செய்து கொண்டிருப்பாள். ஒன்று இரண்டு மூன்று என்று எண்ணிக் கொண்டே பூநூல் அல்லது கம்பளி வேலை செய்து கொண்டிருப்பாள். நீண்ட ஊசிகள் டக்டகவென்று ஒன்றோடு ஒன்று மோதுவது தவிர அங்கு வேறு சப்தமே இராது. கிராமத்தில் இருபத்தைந்து வருஷங்களாக எல்லாக் குழந்தைகளுமே மாடம் மாஸ்ஸோவின் புனிதமான கைகளால் நெய்யப்பட்ட ஸ்டாகிங்க்ஸ், நிஜார்கள், ஸ்வெட்டர்கள், இவற்றை அணிந்துகொண்டுதான் வந்திருக்கிறார்கள். அவர்கள் அதற்காக அவளுக்கு நன்றிகூடப் பாராட்டியது கிடையாது. இந்த மாதிரி நூல் பின்னுவதற்கு மட்டுமே அவள் தன் பணத்தைச் செலவிடுவாள். வேறு எதற்கும் பணம் செலவிட மாட்டாள் அவள். பணத்தைக் கொடுத்து, "பாவம்! என் ஏழைக் குழந்தைகள்"

என்று பேசுகிற உரிமையை இப்படியாக அவள் விலைக்கு வாங்கிக் கொண்டிருந்தாள்.

கதவு திறந்ததுகூடக் கிழவியின் காதில் விழவில்லை. அவள் பெண் அருகில் போய்க் காதில் கூச்சலிட்டதும்தான் கிழவிக்குத் தூக்கிவாரிப்போட்டது.

“தபால்காரன் அம்மா, உன் கையெழுத்து வேண்டுமாம்.”

பயத்துடனும் பீதியுடனும் பேப்பர்போல் வெளிறிட்ட அந்தக் கிழவியின் முகம் ழாய்னுவையும் தன் பெண்ணையும் திரும்பித் திரும்பிப் பார்த்தது.

மாம்ஸெல் மாஸ்ஸோவுக்குத் தன் தாயின் பயம் புரிந்துவிட்டது. “எதுவும் நாங்கள் காசு தரவேண்டியதில்லையே?” என்று தபால்காரனை அவள் விசாரித்தாள்.

“இல்லை, மாம்ஸெல்?”

மிகவும் நம்பிக்கையூட்டும் தைரியமான குரலில், “ஒன்றும் தரவேண்டியதில்லை அம்மா” என்று கிழவியின் காதில் கூவினாள் பெண்.

அதிசயிக்கத்தக்க விதமாகச் சுறுசுறுப்பாக எழுந்து, தன் பையிலிருந்து ஒரு சாவிக்கொத்தை எடுத்து, மேஜைப் பெட்டியைத் திறந்து ஒரு சிறிய மைக்கூட்டையும், துருப்பிடித்த நிப்புடன் இருந்த ஒரு பேனாவையும் எடுத்து வந்தாள். மைக்கூட்டில் பேனாவினால் துழாவினாள்.

“இங்கே” என்று தன் புத்தகத்தில் காலியான ஓர் இடத்தைக் காட்டினான் ழாய்னு.

மை வெளிறிட்டிருந்தது. அதை ஒத்தினால் முழுவதும் அழிந்துவிடும் என்று மேலாக ஊதிக் காய வைத்தான் தபால்காரன்.

இரண்டு பெண்களும் ஒருதரம் ஒருவரை ஒருவர் பார்த்துக் கொண்டனர். கடவுளின் மதாலயத்தில் சேராதவனாகிய தபால்காரனுக்குச் சில்லறை இனாம் எதுவும் தரவேண்டிய அவசியமில்லை என்று ஒருவருக்கு ஒருவர் மௌனமாகவே சொல்லிக் கொண்டனர்.

வெயில் சுள்ளென்று பட்டதும், முற்றத்தில் திறந்த வெளியிலிருந்த

கூண்டுகளிலிருந்து கானரிப் பறவைகள் குரல் தந்தன. தபால்காரனின் நாய்கள் இரண்டும், கூண்டுகளை மோந்து பார்த்தன; பறவைகளுக்கென்று வைத்திருந்த ஜலத்தை நக்கிப் பார்த்தன; வேறு ஏதாவது உணவு கிடைக்காதா என்று சுற்றிப் பார்த்துவிட்டு, கிடைக்காது என்று நாக்குகள் தொங்கி ஊசலாட, சூடேறிக்கொண்டிருந்த முற்றத்துக் கற்களில் படுத்துப் பெருமூச்சு விட்டுக்கொண்டிருந்தன.

உள் வாசற்படியண்டை நின்று தபால்காரன் வெளியேறும்போது வெளிக் கதவைச் சரியானபடி தாழிட்டு விட்டுப் போகிறானா என்று கவனித்துக் கொண்டாள் மாம்ஸெல் மாஸ்ஸோ!

அந்தப் பெரிய வீடு அவளுடைய கணவனின் பாட்டிக்குச் சொந்தமான வீடு. அதில் வசிப்பதற்குத் தன் சிறு பெண்ணையும் அழைத்துக்கொண்டு மாடம் மாஸ்ஸோ வந்து சேர்ந்தபோது, ஊரில் அவளைப்பற்றி யாருக்கும் எதுவும் தெரியாது. வழக்கம் போலவே அவளைப்பற்றிக் கெட்ட வதந்திகள் பல கிளப்பப்பட்டன. இப்போது இவ்வளவு புனிதவதியான எந்தக் காரியத்திலும் ஈடுபடாதிருந்த இந்தப் பெண் ஆதிநாட்களில் மார்ஸேல்ஸ் துறைமுகத்தில் வந்து தங்குகிற மாலுமிகளுக்காக, மதுக் கடைகளில் பாடினாள், ஆடினாள் என்று சொன்னால் நம்பும்படியாகவா இருந்தது? அது எப்படியானால் என்ன? அவள் இப்போது மடாலயம் தவிர வேறு எங்கும் போவதுகூடக் கிடையாது. அவள் காதலர்களில் ஒருவனால்தான் காப்டன் மாஸ்ஸோ குத்திக் கொல்லப்பட்டு உயிர் துறந்தான் என்று சொல்வதும் நம்பத்தக்கதாக இல்லை என்றுதான் சொல்லவேண்டும்.

அதெல்லாம் நடந்து இப்போது இருபத்தைந்து வருஷங்களுக்கு அதிகமாகி இருக்கலாம். இப்போது அதெல்லாம் பூராவும் மக்களுக்கு மறந்தேபோய்விட்டது என்றுதான் சொல்லவேண்டும். இருபத்தைந்து வருஷங்களாக அந்தப் பெரிய வீட்டில் தனியாகத் தன் மகளுடன் அவள் வசித்துவருகிறாள். இரண்டொரு தலைமுறைகளாகத் திறக்கவே திறக்காத அலமாரிகளும் பெட்டிகளும் அந்த வீட்டில் இருக்கின்றன. கற்பூர வாசனையும், பன்றித் தோல் வாசனையும் வீடு பூராவும் பரிமளித்துப் பரவியிருக்கின்றன. அந்த இரண்டு பெண்களும் அந்தப் பெரிய வீட்டில் இரண்டே இரண்டு அறைகளில்தான் வசிக்கிறார்கள்.

மற்ற அறைகளையும் கூடங்களையும் அவர்கள் திறந்து பார்ப்பது கூட இல்லை. ஈ, எலி, வண்டுகள், தூசி எல்லாந்தான் அங்கு அந்த வீட்டிலே ஆட்சி செலுத்துகின்றன. வீடு பூராவும் அழகாகக் கல் விரித்துத் தளம் போட்டிருக்கிறது. அலமாரிகளில் அடுக்கடுக்காகக் காலி அட்டைப் பெட்டிகள் அடுக்கி வைக்கப்பட்டிருக்கின்றன. வெள்ளை அடித்த அறைகளில் மரச் சாமான்கள் உபயோகமின்றி உளுத்துக்கொண்டிருக்கின்றன. நாற்காலிகள் பலவற்றிற்குக் கால்கள் போய், அவை தடுமாறுகின்றன. பிரம்மாண்டமான கட்டில்களில் படுப்பதற்கு யாரும் இல்லை. ஜன்னல்களுக்குக் கீழே கும்பல் கும்பல்களாக ஏதோ கிடக்கிறது. காற்றடிக்கும்போது அவை சலசலக்கின்றன. அவை என்ன தெரியுமா? அலுப்பினால் இறந்து கிடக்கிற ஈக்களின் குவியல்கள் அவை. இறந்து உலர்ந்து போய்க் கிடக்கின்றன அப்படி,

தன் அறையின் மத்தியில் நின்றபடியே மாடம் மாஸ்ஸோ அந்த ரிஜிஸ்தர் தபாலைத் தன் விரல்களில் புரட்டிப் புரட்டிப் பார்த்தாள். அவள் விரல்கள் பொம்மையின் விரல்கள் மாதிரி இருந்தன. தன் பெண்ணின் வருகைக்காகக் காத்திருந்தாள் அவள் எது செய்ய வேண்டுமானாலும் அவள் தன் பெண்ணின் உதவியில்லாமல் செய்யமாட்டாள். உருவத்தில் பெரியவள் அந்தப் பெண்: திடசாலி; ரத்த ஓட்டம் உள்ளவள். அவளால் ஜலம் இறைக்க முடியும், மரம் வெட்ட முடியும், மடாலயத்தில் மாஸ் நடத்தத் தெரியும். வரி வாங்க வருபவனிடம் அவளால் விவாதிக்க முடியும்; கத்தியால் கண்ணைக் குத்தி முயல் ரத்தம் எடுக்கத் தெரியும் அவளுக்கு.

மாம்ஸெஸ் மாஸ்ஸோ ரிஜிஸ்டர் தபாலைப் பிரிக்கத் தயங்கவில்லை. உடனே பிரித்துவிட்டாள். ஆனால் நடந்தது என்ன என்று தெரிய அந்த இரண்டு பெண்களுக்கும் ஒரு கால் மணி நேரம் பிடித்தது. வேறு ஒன்றும் இல்லை; யாரோ ஒரு கடைக்காரன் அவர்களுக்கு இனாமாக மாதிரியாக ஒரு ட்யூப் பல்பசை அனுப்பியிருந்தான் அவ்வளவேதான்.

வாழ்க்கைத் தத்துவங்கள் எல்லாம், ஒரு நிமிஷம் குப்புறக் கவிழ்ந்துவிட்டன. ஆனால் முடிவில் வாழ்க்கை சமாளித்துக் கொண்டது. எதிர்பாராதது நடந்தும் இருவரும் சமாளித்துக் கொண்டு விட்டனர். தாய்க்கிழவி ஊசிகளை எடுத்துப் பூநூல்

வேலையைத் தொடர்ந்தாள். பெண், பறவைக் கூண்டுகளைச் சுத்தம் செய்கிற காரியத்தைக் கவனிக்கப் போனாள்.

அப்போது அவளிடம் முப்பது கானரிப் பறவைகள் இருந்தன. குழப்பமான அமைதியற்ற ஒரு தத்துவம் வசந்தத்தில் அவளைப் பீடித்து அந்தப் பறவைகளிடம் அவளை அன்பு கொள்ளச் செய்தது. சாதாரணமாகச் சுறுசுறுப்பான ஒரு பெண்ணான அவள், வசந்தத்தின் அமைதியின்மையால் பீடிக்கப்பட்டு, அசையாமல் கொள்ளாமல் தன் பறவைகளைப் பார்த்துக்கொண்டே உட்கார்ந்திருப்பாள். பெண் கானரிகள் முட்டையிட்டுக் குஞ்சுகள் பொரிப்பதைக் கண்ணால் பார்த்துக்கொண்டே உட்கார்ந்திருப்பாள். ஒரு சிறு குஞ்சு முட்டையிலிருந்து வெளிவந்ததும் அதை எடுத்துத் தன் மார்பகத்துக்குள் வைத்துக் கொள்வாள். அதிலே அவளுக்கு அலாதியான ஓர் ஆனந்தம் இருந்தது. குஞ்சை மார்பிலே மறைத்து வைத்துக்கொண்டு உற்சாகத்துடன் தன் மற்ற அலுவல்களைக் கவனிப்பதில் அலாதியான ஒரு திருப்தி இருந்தது அவளுக்கு. ஒரு சமயம் அப்படி ஒரு குஞ்சை அவள் தைரியமாக ஆலயத்துக்குக்கூட எடுத்துப் போயிருக்கிறாள்.

மாரியில் மூன்று மணிக்கும், கோடையில் ஐந்து மணிக்கும் நாள் தவறாமல் ஒவ்வொரு நாளும் பெண் திட்டிவாசல் வழியாக ஆலயத்துக்குள் நுழைவாள். வேலை செய்கிற மேலாடையையும் அங்கியையும் எடுத்து அணிந்து கொண்டு சாதாரணமான கூலி வேலைக்காரிபோல, ஆலயத்தைக் கழுவித் துடைத்துச் சுத்தம் செய்வதில் ஈடுபடுவாள். சாதாரணமாக அவளுக்கு முன்னதாகவே மாம்ஸெல் வெர்ண் அங்கு வந்திருப்பாள். இருவரும் தரையைப் பெருக்கி ஆசனங்களில் தூசியில்லாமல் தட்டி, நாற்காலிகளைச் சரியாக இழுத்துப் போட்டுத் தூண்டா விளக்கில் எண்ணெயை விட்டு, செய்ய வேண்டியதை எல்லாம் ஒழுங்காக முறையாகச் செய்வார்கள். ஆலயத்தில் கண் விழிக்கும் தினங்கள் வந்தால் அவர்களுக்குக் கொண்டாட்டந்தான். மாலை நேரம் பூராவும் அந்த மாதிரி சமயங்களில் அவர்களுக்கு வேலை இருக்கும். தொங்கு விளக்குகளைப் பளபளவென்று துடைத்து வைப்பார்கள்; பலிபீடத் துணிகளை மாற்றிப் போடுவார்கள்; தழைகளும் பூக்களும் கொண்டு ஆலயத்தை அலங்காரம் செய்வார்கள். பக்கத்தில் பக்கத்தில் நின்று வேலை செய்துகொண்டே, வண்ணாத்திபோல

வாய்கள் ஓயாமல் பேசிக்கொண்டே இருப்பார்கள். புனிதத்தன்மை இழக்காத வம்பு அது. வம்புதான் என்றாலும் அதில் சின்னத்தனம் இராது. அவர்களுடைய பெருந்தன்மையையும், உலகின் கெட்ட பழக்க வழக்கங்களையும் காட்டும் வம்பு அது. முணுமுணு என்று அவர்கள் முணுமுணுப்பது ஏதோ தெய்வ கீதம் பாடுவது போல இருக்கும். பிறரைப்பற்றிக் கெட்ட செய்திகள்தான் வந்தன அவர்கள் வாயில் என்றாலும் அவர்கள் கடவுள் என்று ஒருவர் இருப்பதை ஒரு நிமிஷங் கூட மறந்துவிட மாட்டார்கள். கடவுளின் குடும்பத்தில் கடவுளுக்கு மிகவும் நெருங்கிய உறவினர்கள் என்கிற ஞாபகம் அவர்களுக்கு.

மாம்ஸெஸ் மாஸ்ஸோ அழகில்லாதவள். ஆனால் தனக்கு அழகில்லை என்பதை அவள் அறியாதவள். அவள் கைகள், கால்கள் எல்லாம், கழுத்து, தோள்பட்டை எல்லாங்கூடக் கட்டையாக இருந்தன. குதிரை என்று சொல்லலாமே தவிர அவளைப் பெண் என்று சொல்ல முடியாது. அவள் கண் இமைகள் கூடத் தடித்தவைதாம். கைகளில் எப்போதும் சிரங்கு வெடித்துக் காய்த்து மரத்துப்போனது மாதிரி இருக்கும். இதெல்லாம்விட விகாரமானது என்னவென்றால் வாய்க்கு இரண்டு பக்கமும் அடர்த்தியாகக் கொத்துக்கொத்தாக இரண்டு இடங்களில் அவளுக்குக் கறுப்பு மயிர் வளர்ந்திருந்தது. சென்ற சில வருஷங்களாக அவள் பல சமயங்களில் திடீரென்று நாணத்தால் செக்கச் செவேல் என்று சிவந்ததுண்டு. கைகால்கள், மற்றும் அவள் உடம்பில் பல பாகங்களுங்கூடச் சிவப்பதுண்டு டாக்டரைப் பார்க்கலாமா என்று எண்ணம் தோன்றியதும் உண்டு அவளுக்கு. ஆனால் ஆண்பிள்ளைக்கு எதிரில் துணியை விலக்கிக் காட்டு வதைவிடச் சாவதே மேல் என்கிற நினைப்புள்ளவள் அவள். இதற்குப் பல காரணங்கள் உண்டு. எனினும் முக்கியமாகச் சொல்ல வேண்டியது அவள் உள்துணிகள் மிகவும் அழுக்காக இருந்ததுதான் என்று சொல்வது பூராவும் உண்மையாகாது. மாசத்தில் இரண்டு தடவைகள்தான் உள் துணிகளை அவள் மாற்றுவாள். முதல் ஞாயிறன்றும் மூன்றாவது ஞாயிறன்றும். அப்போதுங்கூட நிர்வாணமாக அவள் தன்னைக் கண்ணாடியில் பார்த்துக் கொள்ளத் துணியமாட்டாள். கண்ணாடி பதித்திருந்த பீரோ கதவைத் திறந்துவிட்டு அழுக்கான உள் ஆடை நழுவுமுன் புது உள் ஆடையை அணிந்து கொண்டு விடுவாள்.

யாராவது அவளை நீ சந்தோஷமாக இருக்கிறாயா? என்று கேட்டிருந்தால் அவள் ஆச்சரியத்தில் முழுகிப் போயிருப்பாள். அவள் முகத்திலே எப்போதும் கவலைக்குறி படர்ந்திருந்தது. சில சமயம் அவள் கண்களில் அதிசயமான ஓர் உயிர் தோன்றிப் பளபளக்கும். சிறு குழந்தைகளை அவள் பார்க்கும் பார்வையிலே ஓர் அன்பும் ஆதரவும் தென்படும்.

ஒரு நாள் மாலையில் பெஜூவின் குழந்தைகளுக்கு அம்மா தைத்த துணிமணிகளைக் கொடுத்துவிட்டு அவள் ஆற்றங்கரையோரமாக வந்து கொண்டிருந்தாள். ஆற்றில் மூன்று பையன்கள் அமைதியாகக் குளித்துக்கொண்டிருந்தார்கள். குளித்துவிட்டு ஈரம் சொட்டச் சொட்ட அவர்கள் நிர்வாணமாகவே பச்சைக் குதிரை தாண்டிக்கொண்டிருந்தார்கள். அந்த மூவரில் ஒருவன் சிறு பையனில்லை. வளர்ந்து ஆண்மை எய்தி விட்டவன்.... அவர்களைத் தாண்டிக் கொண்டு அவள் போக நேர்ந்துவிட்டது.

இந்த ஞாபகம் அவளை வெகுகாலம் பாதித்தது. தன்னையும் அறியாமலே அந்தக் காட்சியைப்பற்றிச் சிந்திக்கத் தொடங்கிவிடுவாள் அவள். இரவு தூங்கப் போகுமுன் இந்த ஞாபகம் வந்துவிடும். ஐந்தாறு வருஷங்களுக்கு முன் நடந்த விஷயம் இது. ஆனால் அவள் அந்த ஆற்றுப் பாதை வழியாக அதற்குப் பிறகு ஒரு நாள் கூடப் போனதில்லை.

11

சதுப்பான பிரதேசத்தின் ஓரத்திலே வசித்து வந்தார்கள் லூடர் குடும்பத்தார். மற்ற இடங்களில் இருப்பதைவிட அங்கு எப்போதுமே உஷ்ணம் குறைவாகத்தான் இருக்கும். கறிகாய்த் தோட்டக்காரனின் வீடு சுத்தமாகவும் அழகாகவும் இருந்தது. ஞாயிறுகளில் ப்ரிட்ஸி கூரையைச் செப்பனிடுவான்; ஜன்னல் கதவுகளுக்கு வர்ணமடிப்பான்; வெளி வேலிகள் மேல் காற்றால் இயங்கும் யந்திரங்களைச் (காற்றாடிகளைச்) சிறிய அளவில் செய்து வைத்திருந்தான்; அழகாக இருந்தது அது.

கதவைத் திறந்துகொண்டு உள்ளே போனான் பூாய்னு.

“ஹல்லோ, மவனே!”

கொட்டகையில் கிடந்த காலிக் கூடைகளின் மேல் சாய்ந்து கொண்டு ஒரு பையன் உட்கார்ந்து, கூடைகளின் மூடிகளைச் சரிபார்த்துக் கொண்டிருந்தான். அவன் வெளிச்சத்தில் வந்து, தபால்காரனின் நாய்களைத் தடவிக் கொடுத்தான். பிறகு கூப்பிட்டான்:

“அம்மா”

அவன் முகம் சிவந்திருந்தது. அந்தச் சிவந்த முகத்தில் அவன் கண்கள் தெளிந்த நீரோடையின் ஜலம்போல மின்னின. சுருண்ட பொன்னிறமான தலைமயிர் வெள்ளையாக இருந்தது.

"உள்ளே வா, மெஸ்ஸியர் மூாய்னு" என்று வாசற்படியில் நின்று அழைத்தாள் மாடம் லூடர். "உன்னிடம் பேசுவதற்கு ஏதோ விஷயம் இருக்கிறது என்று புருஷர்கள் சொல்லிக்கொண்டிருந்தார்கள். அவர்களைக் கூப்பிட்டு வா, எரிக்."

கதவைத் தாண்டி ஒரு குதி குதித்துக்கொண்டு ஓடினான் பையன்.

தோட்டம் சிறு சிறு சதுரங்களாக அமைந்திருந்தது. சூரிய ஒளியில் சிறிய வாய்க்காலில் ஜலம் பளபளத்தது. தூரத்தில் வெள்ளைச் சட்டைகள் போட்ட இரண்டு உருவங்கள் வேலை செய்து கொண்டிருந்தது தெரிந்தது. அவர்களை அழைத்து வரப் போன பையன் வழியில் கிடந்த முலாம் பழங்களைத் தாண்டித் தாண்டி ஓடினான்.

1914–ஆம் வருஷத்திய யுத்தத்துக்குமுன், லூடர்களுக்குக் குழந்தை இல்லை. இரண்டொரு மாடுகளை வைத்துக் கொண்டு ஊரில் பால் விற்று ஏதோ கொஞ்சம் சம்பாதித்துச் சாப்பிட்டார்கள். பிறகு மாடம் லூடர் அந்த வீட்டுக்கு வாரிசானாள். வீடு வெகுவாகச் சிதிலமாகி இருந்தது. வீட்டைச் சுற்றிலும் இருந்த தோட்டம் சேறும் சகதியுமாக இருந்தது.

சண்டை வந்தது. சில வாரங்களுக்குப் பிறகு ஜெர்மனியிலிருந்து லூடர் வீட்டுக்குக் கடிதம் எழுதினான், அவனும் அவனுடைய ராணுவமும் யுத்தம் பூராவுக்கும் இனி உபயோகப்பட மாட்டார்கள் என்று. மாடம் லூடர் தன் பிழைப்புக்கே வெகுவாகப் பாடுபட வேண்டியதாக இருந்தது. மாடுகள் நல்ல விலைபோயின. இன்னும் சில மாடுகள் வாங்கினாள் அவள். தனக்குத் தன் வேலையில் உதவி செய்ய ஒரு ஜெர்மன் கைதியை அனுப்புமாறு அவள் சர்க்காருக்கு விண்ணப்பித்துக் கொண்டாள்.

ப்ரிட்ஸி வந்து சேர்ந்தான். அவன் பவேரியாவில் அதுவரை தன் வாழ்நாள் பூராவையும் ஒரு கறிகாய்த் தோட்டத்தில் வேலை செய்து கழித்தவன். வணங்கி வேலை செய்யக் கூடியவன் அவன். முதலிலிருந்தே அந்தத் தோட்டத்தைச் சரிவர உபயோகப்படுத்த முடியும் என்று அவன் கண்டு கொண்டு விட்டான். அண்டை அசலார் அதை நம்பவில்லை. ஆனால் அதற்காகப் பயந்துவிடாமல் அவன் வேலை தொடங்கினான், வாய்க்கால்கள் வெட்டினான். அதிகப்படியான ஜலம் வடிய வடிகால்கள் வெட்டினான்;

பாத்திகள் கட்டினான்; ஜலம் பாய்வதற்கு அணைகளும் கால்வாய்களும் அடைத்தான். ஆண் மகனைப்போல, மாடம் லூடரும் அவனுடன் தோளோடு தோள் நின்று வேலை செய்தாள். இரண்டு வருஷங்களில் தோட்டம் பயன் தரத் தொடங்கி விட்டது. வியாபாரத் தந்திரங்களைச் சரிவர அறிந்த மாடம் லூடர் சரியானபடி தன் விளைச்சல்களை வியாபாரம் செய்யத் தொடங்கி விட்டாள்.

அண்டை அசலார் அதற்குப் பிறகு சிரிக்கவில்லை. அவர்கள் அவநம்பிக்கையைப் பொறாமையாக்கிவிட்டது. கறிகாய்த் தோட்டத்தின் வெற்றி. பொறாமை வெறுப்பாயிற்று. வேறு ஒன்றும் செய்யமாட்டாமல் சுறுசுறுப்பாக வேலை செய்து பலன் கண்ட அந்த இருவரையும் பற்றி அவதூறு பேச ஆரம்பித்தார்கள். போதாததற்கு ஒரு குழந்தையும் பிறந்துவிடவே அவதூறு சொல்வதற்கு ஒரு முடிவு என்பதே இல்லாமல் போய்விட்டது. சண்டை முடிந்தது. லூடர் திரும்பிவந்ததும் ஒரு பெரிய சண்டையே வரும். லூடர் மகா கோபக்காரன் என்று ஊரார் காத்திருந்தார்கள். ஆனால் மாடம் லூடர் தன் ப்ரிட்ஸியை அனுப்பிவிடச் சம்மதிக்கவில்லை. சமாதான உடன்படிக்கை வந்த பின்னும் அவன் அங்கிருந்து நகர்ந்துவிடவில்லை.

முன்னெச்சரிக்கை எதுவுமில்லாமல் ஒரு நாள் லூடர் வந்து சேர்ந்தான். கிராமத்தின் ரௌடியாக இருந்த அவன் ஐம்பத்திரண்டு மாதங்கள் ஒரு ஜெர்மன் சிறையில் இருந்துவிட்டு வந்திருந்தான். அவனுக்கு உடல் நலமில்லை; சௌகரியமாக உட்கார்ந்து சாப்பிட்டுக்கொண்டிருக்க வேண்டும், குடிக்க வேண்டும் என்பதைத் தவிர வேறு எந்தவிதமான சிந்தனையும் இல்லை. சுலபமான வாழ்வு வாழவேண்டும் என்று எண்ணினான். வீட்டில் அவன் கண்டது என்ன? அவன் மனைவி கொழுத்துப் பருத்துப் பணக்காரியாகியிருந்தாள். தோட்டத்தில் கறிகாய்கள் ஏராளமாக இருந்தன. வீடு, தோட்டம் எல்லாம் ஜோராக இருந்தன. வியாபாரமும் பலமாக இருந்தது. ப்ரிட்ஸியே பின்னியிருந்த ஒரு பிரம்புத் தொட்டிலில் அழகான ஒரு குழந்தை படுத்திருந்தது. குடிபோதையில் இருந்த லூடர் கோபம் கொள்ளவில்லை. அவன் இதில் சாதகபாதகங்களை ஆராய்வதில் ஈடுபட்டிருந்தான்; அதிகமாகச் சாதகங்களைத்தான் ஆராய்ந்து கொண்டிருந்தான்.

“ஏதாவது அசட்டுத்தனமாகக் கலாட்டா செய்யாதே!” என்றாள் அவன் மனைவி “எங்களுடன் நீயும் சரிசமமாகப் பங்கு கொள்ளலாம். ப்ரிட்ஸி சொல்லித் தருவான் எப்படி என்று.”

லூடர் அப்போது பதில் சொல்லவில்லை. இரண்டொரு நாள் கழித்துக் கறிகாய்த் தோட்டவேலையை ப்ரிட்ஸியிடம் அவன் கற்றுக்கொள்ளத் தொடங்கிவிட்டான்.

என்ன சொன்னால் என்ன? அது அவனுடைய மனைவியின் வியாபாரம். கணக்குகள், வீடு, தோட்டம் எல்லாம் அவள் பேரில்தான் இருந்தன. கணவனைச் சொல்வது என்றாலும், அந்த பவேரியனைச் சொல்வது என்றாலும் அவள் ‘ராணுவ அதிகாரிபோல என் புருஷர்கள்’ என்றுதான் சொல்லுவாள்.

வீட்டில் இருந்த இரண்டு படுக்கையறைகளில் இருவர் படுக்கும்படியாகக் கட்டில்கள் இருந்தன. மாடம் லூடர் ஒரு கட்டிலிலும் அவள் பையன் இன்னொரு கட்டிலிலும் படுப்பது வழக்கம். அவள் புருஷர்களில் யார் அவளுடன் படுத்தார்கள், எப்போதும் ஒரே ஆசாமிதான் படுத்தானா என்பது ஊரில் வேறு யாருக்கும் தெரியாது.

“தாகத்துக்கு ஏதாவது சாப்பிடேன். மெஸ்ஸியர் மூாய்னு” என்று உபசரித்தாள் மாடம் லூடர். குடியானவ வம்சத்தில் வந்த அவள் முகம் அமைதியுள்ளதாகவும் கடினமானதாகவும் இருந்தது. ஒரு ஜாடியை எடுத்து வைத்தாள்; மூன்று கோப்பைகளையும் எடுத்து வைத்தாள். “தேனில் பழங்களைப் போட்டுப் புளிக்க வைத்து ப்ரிட்ஸி எனக்குத் தயார் செய்து தருகிற மது இது” என்றாள்.

அது போன்ற ஓர் அறை அந்த இடத்திலிருந்து பல மைல்கள் சுற்று வட்டத்தில் கிடையாது என்பது நிச்சயம். அந்த அறைக்குள் மூாய்னு தன் நாய்களை அழைத்துவரத் துணிந்ததில்லை. மரச் சாமான்களும் தரையும் ஒரே விதமான மஞ்சள் வர்ணம் அடிக்கப் பெற்றிருந்தன. புது வர்ணம் அடிக்கப்பட்ட ஜன்னல்கள் வழியாகச் சூரிய ஒளி உள்ளே வந்தது. எங்கெல்லாம் முடியுமோ, அங்கெல்லாம் சிறு சிறு தொட்டிகளில் பல வர்ணப் புஷ்பங்கள் வைக்கப்பட்டிருந்தன. ப்ரிட்ஸியின் கைவேலைதான் இவ்வளவும் என்பதில் சந்தேகமே இல்லை.

இரண்டு புருஷர்களும் உள்ளே வந்தார்கள். தரை வீணாகிவிடக் கூடாது என்பதற்காக ஸ்லிப்பர்கள் போட்டுக்கொண்டு வந்தார்கள். ஒருமாதிரியாக வெள்ளைச் சட்டையும், ட்வில் சராய்களும் அணிந்திருந்தார்கள். அந்த ஜெர்மானியனுக்குப் பக்கத்தில் வைத்துப் பார்க்கும்போது லூடரைக் கூலிவேலை செய்பவன் என்று சொல்லலாம்போல இருந்தது.

“மெதுவாகக் குடி. இல்லாவிட்டால் இந்த உஷ்ணத்தில் இது விக்கலெடுக்க வைத்துவிடும்.” என்று உத்தரவிடப் பழகிய குரலில் சொன்னாள் மாடம் லூடர். அறையைச் சுற்றி ஒரு தரம் எல்லாம் சரியாக இருக்கிறதா என்று பார்த்துவிட்டு அவள் உள்ளே போய்விட்டாள்.

மௌனமாக மற்ற மூவரும், மதுவை அருந்திக்கொண்டு, மேஜையைச் சுற்றி உட்கார்ந்துகொண்டிருந்தனர்.

“உன்னால் எங்களுக்கு ஒரு காரியம் ஆகவேண்டும், மூாய்னு” என்றான் லூடர். “ப்ரிட்ஸியை ஒரு பிரெஞ்சு தேசத்தவனாக்கச் சர்க்காருக்கு விண்ணப்பம் செய்ய வேண்டும்.”

பவேரிய ஜெர்மானியன் ப்ரிட்ஸியின் கண்கள் தரையைத் துழாவின.

மூாய்னு எதுவும் பதில் சொல்லவில்லை. “என்ன? எல்லாருக்கும் நல்லது அதுதான்” என்று சொல்லிவிட்டு மீண்டும் ஒரு வாய் மது அருந்தினான். பிறகு தொடர்ந்து சொன்னான். “எப்படிச்செய்வது, என்ன செய்வது என்று எங்களுக்குத் தெரியவில்லை. நீ மேயரிடம் பேசி எங்களுக்காக இதைச் சீக்கிரமே செய்து முடித்தாயானால் தேவலை” என்றான்.

மூாய்னு நிமிர்ந்து அவர்களைப் பார்த்தான்.

“உன் காலம் விரயமாகிவிடாது. இதனால் நீ படுகிற சிரமத்துக்கு உரிய கூலியைத் தந்துவிடுகிறேன். என் மனைவி இதைச் சொல்லச்சொன்னாள். சிரமத்துக்குக் கூலி தர வேண்டியது நியாயந்தானே?”

“அதைப்பற்றி என்ன?” என்றான் மூாய்னு. “எனக்கும் ப்ரிட்ஸிடம் மதிப்பு உண்டு. மேயரிடம் உனக்காகப் பேசிப் பார்க்கிறேன்.

விஷயம் இதுதான் செலவு அதிகமாகும் இந்த நாட்களில் என்று நான் எண்ணுகிறேன்."

"அதிகமாகுமா?"

"அப்படித்தான் நினைக்கிறேன்."

ப்ரிட்ஸி மீண்டும் தரையைப் பார்த்தான், லூடரும் தலைகுனிந்து சிறிது நேரம் பேசாதிருந்தான். காலிக் கோப்பையைக் கையில் சுழற்றினான். பிறகு எழுந்தான்.

"அப்படியானால் முதலில் என்ன செலவாகும் என்று தெரிவித்தால், மேலே யோசிக்கலாம். என் மனைவிதான் அதுபற்றி ஆசைப்படுகிறாள். பணத்தைச் செலவிட நாம் அவசரப்பட வேண்டியதில்லை என்றுதான் நான் எண்ணுகிறேன். நீ விசாரித்துச் சொல். அவசியமா, அவ்வளவு செலவு செய்யலாமா என்று யோசித்துப் பார்க்கலாம்."

"நீ சொல்வதுதான் சரி" என்றான் மூய்னு. தன் பையைத் தோளில் மாட்டிக்கொண்டு எழுந்தான்.

கதவுக்குப் பின்னால் நின்றுகொண்டு மாடம் லூடர் இந்தப் பேச்சைக் கேட்டுக்கொண்டிருந்தாள். முன்னைவிட இப்போது அவள் முகத்தில் ஒரு கடினபாவம் பரந்திருந்தது. மிகவும் அழுத்தமாக

அவள் மூய்னுவிடம் சொன்னாள்

"மெஸ்ஸியர் மூய்னு! உங்களை நம்பியிருக்கலாமோ இல்லையோ, நாங்கள்? இன்று சாப்பிட இதோ ஒரு முலாம்பழம்" என்றான்.

12

கோழி கூவுவதற்கு முன்னாடியே அந்த பெல்ஜியர்கள் இருவரும் விழித்துக்கொண்டு விடுவார்கள். ஆனால் அவர்கள் எழுந்து ஆடை அணிந்துகொள்வதற்குள் பல மணி நேரமாகிவிடும். முதலில் கிழவி படுக்கையிலிருந்து எழுந்திருப்பாள். அவள் இடுப்பு வளைந்து விட்டபடியால் குனிந்து நிமிர்ந்து அவள் காலில் ஸ்டாக்கிங்ஸ் மாட்டிக்கொண்டு சட்டை போட்டுக்கொள்வதற்கு ஒரு மணி நேரமாவது ஆகிவிடும்.

படுக்கையில் படுத்தபடியே கிழவன் அவளைப் பார்த்துக் கொண்டிருப்பான். எழுந்து அவளுக்கு உதவி செய்ய அவன் தயார்தான். ஆனால் எழுந்திருப்பதற்கே அவள் அவனுக்குத் தேவை. முதலில் அவள் வந்து போர்வையை அகற்றுவாள். பிறகு இரண்டு கால்களையும் இழுத்துத் தரையில் வைப்பாள். பிறகு தலைமாட்டில் போய்ச் சுவரில் உதைத்துக்கொண்டு, கைகளை அவன் முதுகில் கொடுத்து நிமிர்த்துவாள். கைகளால் கூரையிலிருந்து தொங்கிய கயிற்றைப் பிடித்துக்கொண்டு அவனும் நிமிர முயலுவான். பல தடவைகள் பாதி நிமிர்ந்து சாய்ந்து விட்டு அலுத்துப் போய்விடுவான் கிழவன் கிழவிக்கு அழுகைகூட வந்துவிடும் பல நாட்கள். பிறகு அயோக்கியன், சோதா, சுயகாரியப்புலி என்றெல்லாம் அவனை வைவாள்.

கடைசியில் எழுந்து ஒருவழியாக நிற்பான், பொம்மலாட்டத்திற்குத் தயாராகும் பொம்மை போலத்தான் நிற்பான் அவன் மிகவும் சிரமப்பட வேண்டிய கட்டத்தில் பாதிதான் ஆகிவிட்டது என்று சொல்லவேண்டும். சுவரில் கைவைத்து நீந்துபவன் போல நகர்ந்துகொண்டே போய் மூலையில் நிற்பான். அவன் முன் மண்டியிட்டு அவள் ஸ்டாக்கிங்ஸையும் சராயையும் மாட்டுவாள். பிறகு அவன் ஆதரவுடனும் அன்புடனும் அவள் முதுகைத் தடவிக் கொடுப்பான்.

இருவரும், ஒருவரை ஒருவர் கட்டிப்பிடித்துக் கொண்டு, வெளிமுற்றத்துக்கு வருவார்கள். நாள் பூராவும் அங்கேதான் வசித்தார்கள். அவர்களுக்குப் பொழுது விடிந்துவிட்டது.

ஆகஸ்டு 1914-இல் அவர்கள் இருவரும் மாய்ப்பறு கிராமத்துக்கு வந்து சேர்ந்தார்கள். அவர்களுடன் வந்த யுத்த அகதிகள் வெகு நாட்களுக்கு முன்னரே தங்கள் தேசம் திரும்பிவிட்டார்கள். அந்தச் சின்ன வீட்டை அவர்களே வாங்கிக் கொண்டு அதில் குடியேறினார்கள். கிழத்தனம் அவர்களை அங்கு வந்து அடைந்துவிட்டது. எல்லாரிடமும் மரியாதையாக இருந்தார்கள். உதவி செய்யக் கூடிய வகைகளிலெல்லாம் அவர்கள் கிராமத்தாருக்கு உதவினார்கள். யாருடனும் சண்டை சச்சரவே கிடையாது அவர்களுக்கு. ஆனால் அவர்களை ஊரார் யாருக்கும் பிடிக்காது. கிழவி வியாபாரம் செய்வதில் மிகவும் சமர்த்தி, இரண்டு ஷில்லிங் கூட வருமானால் இரண்டு புறாக்கள். ஒரு கூடை கறிகாய், இவற்றைத் தூக்கிக் கொண்டு பக்கத்து நகருக்கும் போய் வந்துவிடுவாள். ஆனால் இப்போது அவள் எதுவும் செய்வதில்லை. அவசியமானால்தான் தன் பிரம்பு நாற்காலியிலிருந்து எழுந்திருப்பாள். கிழவன் படுக்கை, படுக்கையிலிருந்து நாற்காலி, நாற்காலியிலிருந்து படுக்கை என்று காலந் தள்ளிக் கொண்டிருந்தான். வேறு எதற்கும் அவர்கள் உடலில் தெம்பில்லை.

மூய்னு வந்தபோது அவர்கள் இருவரும் முற்றத்தில் உட்கார்ந்திருந்தனர்.

ஒரு காலத்தில் மிகவும் சுத்தமாக இருந்த அந்த முற்றத்திலே குப்பையும் கூளமுமாக இருந்தது. நெறிஞ்சிச் செடிகள் கொத்துக் கொத்தாக முளைத்திருந்தன. ஜலம் ஊற்றாமல் வாடிக்கொண்டிருந்த

ஓர் அகேஷியாச் செடி கொஞ்சம் நிழல் தந்தது. சூரியனைக்கண்டு அஞ்சாதவர்கள் அந்தக் கிழவர்கள்; உள்ளே இல்லாத உஷ்ணம் வெளியேயிருந்துதானே வந்தாக வேண்டும்?

"அண்டை வீட்டுக்காரரே, வணக்கம்."

பெல்ஜியன் புன்சிரிப்புச் சிரித்தான். கிழவனின் வீட்டையும் தோட்டத்தையும் அடுத்திருந்த திராக்ஷைத் தோட்டத்தை மூாய்னு வாங்கிவிட்டான். அன்றுமுதல் கிழவனை அவன் "அண்டை வீட்டுக்காரரே!" என்று கூப்பிட ஆரம்பித்துவிட்டான்.

பையைத் திறந்தான்: "ஊரிலிருந்து கடிதம் வந்திருக்கிறது. உங்களுக்கு ஆக்ஷேபமில்லையானால் தபால் ஸ்டாம்பைக் கொடுங்கள். ஸ்டேஷன் மாஸ்டர் எடுத்துக் கொள்வார் அதை."

ஆக்ஷேபமில்லை என்று தலையை ஆட்டினாள் கிழவி. ஏதோ ஒரு மண்டையோடு ஆடுவதுபோல இருந்தது.

"மெஸ்ஸியர் மூாய்னு, வயதாகிறது என்கிற விஷயம் சந்தோஷப்பட வேண்டிய விஷயமில்லை. எங்களைப் போல, அந்நிய நாட்டில், உதவி செய்ய யாருமில்லாமல் எழுபது வயதைத் தாண்டி உயிர் வாழ்வது என்பது சிரமமான காரியமாகத்தான் இருக்கிறது.... உட்காரேன் ஒரு நிமிஷம். என்னைத் தேடி யார் வருகிறார்கள்?.... இரவில் சில நாட்கள் எனக்கு மிகவும் பயமாகப் போய்விடுகிறது. எங்களில் யாராவது ஒருத்தர் இறந்துவிட்டால் மற்றவர் என்ன பண்ணுவது? நான் போய்விட்டால், அவரால் என்ன முடியும்? யார் பார்த்துக்கொள்வார்கள்? இப்போதெல்லாம் தினசரிக் காரியங்களைக்கூட அவரால் செய்ய முடியவில்லையே தனியாக!" என்றாள்

கிழவன் மூாய்னுவையே பார்த்துக்கொண்டு உட்கார்ந்திருந்தான். அவன் முகத்தில் பயமும் அவமானமும் படர்ந்திருந்தன.

"ஒரு வேலைக்காரன் போட்டுக் கொள்ளலாமே!"

கிழவி முகத்தைச் சுளித்தாள்.

"வேண்டாம்! வேண்டாம்! வேலைக்கு யாரையாவது வைத்துக்கொண்டால், சம்பளம் தரவேண்டாமா? கிடைக்கிற செல்வமும் பிறர் கைக்குப் போய்விடும். என்ன செய்வது நாங்கள்? அது வேண்டாம், மெஸ்ஸியர் மூாய்னு. முன்னமேயே செய்திருக்க

வேண்டும். அதைப்பற்றி நாங்கள் இருவரும் பேசுவதுண்டு. யாராவது ஒரு சின்னக் குட்டியை எடுத்து வளர்த்திருக்கலாம். எங்களுடன் அவள் வசித்தால், அவளுக்குச் சம்பளம் தரவேண்டாம். ஆனால் நாங்கள் செத்தபின் இந்த வீடு, தோட்டம், திராட்சைத் தோட்டம் எல்லாம் அவளுக்கே சொந்தமாகிவிடும். அது தவிர, ஏதோ கொஞ்சம் ரொக்கம் இருக்கிறது.” கையைப் பிசைந்து கொண்டு சொன்னாள் கிழவி; “அதைச் செய்திருக்க வேண்டும் நாங்கள். இப்போது சாத்தியமில்லை. குட்டியார் இனிமேல் எங்களுக்குக் கிடைக்கப் போகிறாள்?”பெருமூச்சு விட்டாள்.

மூாய்னு தனக்குள்ளேயே சொல்லிக்கொண்டான்: “அட கடவுளா! வீடு... தோட்டம்... திராட்சைத் தோட்டம்”.

கிராமத்தைத் தாண்டிவிட்டான் - அவன். உஷ்ணமாக, தவிர்க்க முடியாதபடி காய்ந்த சூரிய வெப்பத்தில் லாபோர்ச் சந்தியில், மாடம் பிளமாட்டின் கடையை நோக்கி சைக்கிளை விட்டுக்கொண்டு போனான்.

சரிவிலே ஒரு சிறு பெண் மல்லாந்து படுத்திருந்தாள். அவளுடைய ஆடு பக்கத்தில் புல் மேய்ந்து கொண்டிருந்தது. லாமாரிஸாட்டின் பெண் அவள் மாடம் மாரிஸோ அதாவது காசநோயால் இறந்து கொண்டிருந்த மாரிஸோவின் மனைவிக்கு ஊரார் வைத்திருந்த பெயர் அதுதான். பதினைந்து வயதேயான அந்தப் பெண் நன்றாக வளர்ந்திருந்தாள். மார்பிலெல்லாம் சொரூபம் தெரிய ஆரம்பித்து விட்டது.

சைக்கிள் விடுவது இந்த வெளியில், இந்த ஏற்றத்தில் சற்றுச் சிரமமான காரியந்தான் ஓய்வு கிடைத்ததே என்று சந்தோஷத்துடன் மூாய்னு இறங்கினான்.

“வீட்டிலே எப்படி இருக்கிறது?” என்று விசாரித்தான்.

அவன் வருவதைக் கண்டு அவள் எழுந்திருக்கவில்லை. அவள் கழுத்துப் பக்கத்தில் வேர்த்துவிட்டு மயிர் நனைந்திருந்தது. நீண்ட இமைகளும், பளபளத்த கண்களும், இருண்ட முகமுமாக, அவளைப் பார்த்தால் நாடோடிப் பெண் மாதிரி இருந்தது.

தோள்பட்டையை உலுக்கினாள் அவள்; “ராத்திரி அவர் ரத்தம் கக்கினார்” என்றாள்.

அவள் கால்களை மோந்து பார்த்தன மூாய்னுவின் நாய்கள். அவற்றைப் பார்த்தான் மூாய்னு.

“முழங்கால் வரையில் தெரியும்படி காட்டிக் கொண்டு ஏன் உட்கார்ந்திருக்கிறாய்? தெருவோடு போகிறவர்களை மயக்குவதற்கா? அல்லது கொசுக்கள் கடித்துப் பசியாறட்டும் என்றா?” என்று கேட்டான் மூாய்னு.

பாவாடையை இழுத்து விட்டுக்கொண்டாள் அவள். சிரித்துக் கேலியாகச் சொன்னாள்: “அதைப் பற்றி உனக்கென்ன?”

“வாயாடிப் பெண்ணே!” என்று பல்லை இளித்தான் மூாய்னு “பாவாடைக்கு அடியில் ஏதாவது அணிந்து கொண்டிருக்கிறாயா இல்லையா? காலிப் பெண்ணே, கையால் ஒரு தட்டுத் தட்டிப் பார்க்கட்டுமா?”

ஆனால் உடனேயே எழுந்துவிட்டாள் அவள். “கிட்ட வா பார்க்கலாம்” என்று சொல்லிக்கொண்டே அவனை எதிர்க்கத் தயாரானாள்.

அவளைச் சுற்றி, கணப்பைச் சுற்றி உஷ்ணமான காற்று இருப்பதுபோல, உஷ்ணமாக இருந்தது.

தபால்காரன் கண்களைச் சுளித்துக்கொண்டு பார்த்தான். “தனியாகக் காட்டிலே என்னிடம் நீ மாட்டிக் கொண்டாயானால் பாரேன், பெண்ணே! உன்னை என் இஷ்டப்படியெல்லாம் ஆட வைக்கிறேன்” என்றான்.

அவன் சிரித்தான். நெற்றியில் அரும்பிய வேர்வையைத் துடைத்துக்கொண்டான். தன் வழியில் போனான். மறுபடியும் அவன் மனத்தில் வீடு, தோட்டம், திராட்சைத் தோட்டம் என்று அந்த பெல்ஜியர்களின் சொத்து ஞாபகம் வந்துவிட்டது. முக்கியமாக அவன் சிந்தனைகள் எல்லாம் அந்தத் திராட்சைத் தோட்டத்தைப் பற்றித்தான் இருந்தன. அதுவும் அவன் வாங்கிய திராட்சைத் தோட்டத்துக்கு அடுத்த தோட்டம் அது. திடீரென்று தன் துடையில் தட்டிக்கொண்டான். “லாமாரிஸோட் அவளைப்பற்றி ஏன் எனக்கு ஞாபகம் வரவேயில்லை!” சைக்கிள் திடீரென்று விழுந்துவிடும் போலச் சாய்ந்தது. சரிப்படுத்திக் கொண்டு மேலே போனான்.

சூரியனின் வெப்பம் இப்போது அவனைத் தகிக்கவில்லை. தெருப்புழுதியைக் கிளப்பி விட்டுக்கொண்டு வேகமாகச் சைக்கிளைச் செலுத்திக்கொண்டு, நாய்கள் பின்தொடரப் போனான். திறந்த வெளியில், ஜன நடமாட்டமே இல்லை. பக்கத்து வயலில் அப்போதுதான் பீட்ரூட் அறுவடை செய்திருந்தார்கள். இடது பக்கமும் பீட்ரூட் செடிகளைத் தவிர வேறு ஒன்றும் பயிராகவில்லை. பூமிக்குள்ளிருந்து பீட்ரூட் கிழங்குகள் எட்டிப் பார்த்துக்கொண்டிருந்தன. புறாக்கள் திடீரென்று ஜில்லென்று சிறகடித்துப் பறந்தன. அதிக உயரம் பறக்காமல் வேலி உயரத்தில் பறந்தன.

நேரே லாபோர்ச் சந்திக்குப் போகாமல், குறுக்குப் பாதை ஒன்றில் புகுந்தான் மூாய்னு.

வயல்களின் மத்தியிலே தனியாக இருந்தது மாரிஸோக்களின் குடிசை, நாய்கள் முன்னால் ஓடிக் குடிசையை அணுகின. முப்பது வயதிருக்கும் ஒரு ஸ்திரீ, கறுத்த தலைமயிருடன் கட்டுமஸ்தான உடலுடன், வெளியே வந்து பார்த்தாள்; மூாய்னு வருவதைப் பார்த்தாள். ஏதோ பாத்திரம் துலக்கிக் கொண்டிருந்தாள் அவள்; அந்தப் பாத்திரம் அவள் கையில் இருந்தது; அதைக் கிணற்றடியில் விட்டு விட்டு வராமல் கையில் எடுத்து வந்திருந்தாள்.

மூாய்னு கேட்டான். “அவன் எங்கே?’ அவனுடன் ஒரு வார்த்தை பேசவேண்டும். உன்னுடனும் ஒரு விஷயம் பேச இருக்கிறது” என்றான்.

அந்தக் குடிசையிலே ஒரே ஓர் அறை மட்டுந்தான் இருந்தது. அதுவும் புகை மூண்டு, புளிப்புவாசனை அடித்துக்கொண்டிருந்தது. செத்துக் கொண்டிருந்த அவள் புருஷன் வைக்கோல் படுக்கைமேல் உட்கார்ந்து, வைக்கோல் அணைமேல் சாய்ந்து கொண்டிருந்தான். அறையில் மேஜை நாற்காலி கட்டில் எதுவுமில்லை. ஒரு மூலையில் ஒருவிதப் பலகை கிடந்தது. எதிரே இருந்த பெட்டிதான் மேஜை, சிறுமி படுத்துத் தூங்குவதற்கு ஒரு மூலையில் ஒரு வைக்கோல் மெத்தை கிடந்தது. ஜன்னல் வழியாக, காய்ந்துகொண்டிருந்த எருவின் வாசனை அறைக்குள் அடித்தது. நாய்கள் இரண்டும் அறையை சுற்றிச் சுற்றி வந்தன உட்கார்ந்திருந்தவனை ஒரு தரம் மோந்து பார்த்துவிட்டு, தாமே வெளியேறிவிட்டன.

“உடம்பு தேவலையா?” என்றான் தபால்காரன்.

“தேவலை” என்று உரக்கப் பதிலளித்தான், மாரிஸோ. தன் மனைவியை எரித்துவிட விரும்புகிறவன் போலப் பார்த்தான். “நாளைக்கு எழுந்து நடமாட ஆரம்பித்து விடுவேன்” என்றான்.

கணவனும் மனைவியும் விஷம் நிறைந்த பார்வை பார்த்துக் கொண்டனர். ழாய்னு அங்கிருப்பதையே அவர்கள் லட்சியம் செய்ததாகத் தெரியவில்லை.

“எழுந்து மதுக் கடைக்குப் போய்க் குடிக்க வேண்டும் அவனுக்கு” என்றாள் லாமாரிஸோடி; “வீட்டிலே ஒரு சொட்டுக் கூடக் கிடையாது. அவனால் கிராம மதுக்கடை வரையில் போக முடியாது. வழியிலே நாலு தடவை விழுந்து செத்துவிட மாட்டானா?”

பல்லைக் கடித்தான் மாரிஸோ. விக்கலெடுத்தது அவனுக்கு. செயலற்றுப் போய்விட்டான் அவன். ஆறு வாரங்களுக்கு முன் ஒரு நாள் அவன் தன் மனைவியைக் குத்துயிரும் குலை உயிருமாக அடித்து வெளுத்து வாங்கினான். விளையாட்டுத்தான். வேறு காரணம் ஒன்றுமில்லை. இப்போது அவனால் அசையக் கூடச் சக்தியில்லாமல் போய்விட்டது. அவள் தயவைப் பார்த்துக் கிடக்க வேண்டியதாகி விட்டது. ஆத்திரம் அவன் மென்னியை அடைத்தது; காட்டு மிருகத்தின் ஆத்திரம் அது. கூண்டில் அடைபட்ட சிங்கத்தின் கோபம் அது. ஆனால் செய்ய என்ன இருந்தது? சக்தியுள்ளவன் அவன்!

அந்தப் பிராந்தியத்திலே எல்லாருக்குமே அவர்களை நன்கு தெரியும், அநாதைகள். ஊர்ப் பொதுச் செலவில் வளர்ந்து பெரியவர்களானவர்கள். ஜில்லா இன்ஸ்பெக்டர் அவர்களிருவருக்கும் முடிபோட்டு விட்டான். பதினேழாவது வயதில், மதுக் கடையில் வேலை பார்க்கும்போது அவள் கர்ப்பமாகிவிட்டாள். அவன் அப்பன் பெயர் தெரியாதவன்; எந்த வேலை கிடைத்தாலும் செய்து கொண்டு வயிறு வளர்த்து வந்தான். வேறு ஆதரவு ஏது அவனுக்கு? கிடைத்த பணத்துக்குப் பூராவையும் குடித்துவிடுவான். மனைவியைப் போட்டுத் தினம் நொறுக்கிவிடுவான். தினம் இரவு குடித்துவிட்டு வந்து அவளை இழுத்துப் போட்டு உதைப்பான். அது அலுத்தவுடன் வேறு ஒரு

யோசனை தோன்றும் அவனுக்கு. திரும்பி அவளைத் தூக்கிப் படுக்கையில் கிடத்துவான்.

இந்தமாதிரி சமயங்களில் அவன் பெண்ணும் விழித்துக் கொள்வாள். பல் கிட்டி நடுங்கும் அவளுக்கு. அருவருப்பும் பயமும் அவளை நடுங்கச் செய்யும். அடியில் பங்கும் சில சமயம் அவளுக்குக் கிடைப்பதுண்டு. சென்ற சில மாதங்களில் அணைப்பிலும் பங்குண்டு அவளுக்கு. வேறு என்ன செய்வது? அடி ஓய்ந்ததே என்ற சந்தோஷத்துடன் அவன் அணைப்புக்கு உட்பட்டுவிடுவார்கள் தாயும் பெண்ணும். “நீ அவன் பெண் இல்லை. அவன் பெண்ணாக இருந்தால், இதை அனுமதிக்கமாட்டேன். அவனைக் கொன்று விடமாட்டேனா?” என்பாள் தாய்.

பாதை நடுவில், சைக்கிளை நிமிர்த்தி வைத்துக் கொண்டு நின்றான் மூாய்னு. நீளக் கால் வைத்து நடந்துகொண்டே லாமாரிஸோட்டிடம் விஷயத்தைச் சொன்னான். அவள் உடன் வந்தாள். எதுவும் சொல்லாமல் வந்தவள் கடைசியில், “நிஜமாகவே நடக்குமா? வெறும் கதையா?” என்று கேட்டாள்.

“இப்படி அசடாக இருந்தால் எதுவும் நடக்காது” என்றான் மூாய்னு கோபமாக; “நான் ஏற்பாடு செய்கிறேன். ஆனால் அதற்கு எனக்கு என்ன வேண்டும் தெரியுமா? வாங்குவதுபோலக் கொடுக்கவும் வேண்டும். பெல்ஜியர்களிடம் உன்னைக் கொண்டு சேர்ப்பதற்குக் கூலியாக அவர்களுடைய சொத்தில் எனக்கு அந்தத் திராட்சைத் தோட்டத்தை அளித்துவிட வேண்டும்.”

பெரிய ரஸ்தாவை அடைந்துவிட்டார்கள் இதற்குள். கால்சட்டைகளைப் போட்டுக்கொண்டு, திடசாலியாக நிமிர்ந்து அவன் முன் நின்றாள் அவள். அவள் துணியில் கைமூலங்களுக்கு அடியில் வேர்வையால் வட்டமாக நனைந்திருந்தது என்று கண்டான் மூாய்னு. பெரிய மார்பும் பிருஷ்ட பாகமுமாகத் தன்முன் நின்ற அவளை ஆசையுடன் பார்த்தான் மூாய்னு. இந்தப் பேரம் முடியுமுன் ‘கொடுக்கவும் வாங்கவும்’ எவ்வளவோ இருந்தது என்றுதான் அவனுக்குத் தோன்றிற்று. நிச்சயம் கிடைக்கும் என்றும் தோன்றிற்று. மூாய்னு மனசு வைத்தால் நடக்காமலும் போய்விடுமா?

நாய்களைக் கூப்பிட்டுக் கொண்டான். உஷ்ணமான காற்றைச் சுவாசித்தான். வானிலே ஒரு மேகங்கூட இல்லை எனினும், "புயல் வரும்போல இருக்கிறதே!" என்று சொல்லிக்கொண்டே நகர்ந்தான் ழூாய்னு.

திரும்பிக் குடிசைக்குப் போகும் பொழுது லாமாரி ஸோட்டால் நிமிர்ந்து நடக்க முடியவில்லை. அவள் சிந்தனைகள் கொழுந்துவிட்டு எரிந்தன. நம்பிக்கைத் தீ அவள் உடலையே வளைத்து நிமிர்ந்து நடக்க முடியாமல் செய்துவிட்டதுபோல இருந்தது. கடைசிப் போராட்டத்தில் அவன் கூப்பாடு போட்டால் என்ன செய்வது? இருமி இருமிச் சாகட்டும் அவன். நேரம் தாழ்த்தாமல் அவனை முடித்துத் தீர்த்துவிட மட்டும் முடிந்தால்...

13

மூன்று பாதைகள் சந்திக்கும் இடத்தில் இருந்த தாழ்ந்த வீடுதான் மாடம் ப்ளமார்ட்டின் கடை. அதில் 'மதுவும் சாராயமும்' என்று போர்டு போடப்பட்டிருந்தது.

கதவு அழுத்திச் சாத்தியிருந்தது. ஜன்னலுக்குக் கீழே சைக்கிளை விட்டுவிட்டு ஜன்னல் கதவைத் தட்டினான் தபால்காரன். "மாடம் ப்ளமார்ட்" என்று கூப்பிட்டான்.

உள்ளே யாரோ காலடிச் சப்தம் கேட்டது லேசாக, மூச்சு வாங்க ஒரு குரல், "இதோ வந்து விட்டேன்" என்று சொல்லிற்று.

கதவு திறந்தது. "நீயா மெஸ்ஸியர் பூாய்னு! வா." எழுந்து ஆடைகளை அணிந்துகொண்டே வந்தாள் மாடம் ப்ளமார்ட். "வந்துவிட்டேன்" என்றாள்.

பட்டுப் பாவாடை அணிந்திருந்தாள். சிவந்த ரவிக்கை பெரிய மார்பைப் பாதி தெரியும்படியாக விட்டு மூடியிருந்தது. பித்தானைப் போட்டுக் கொண்டே காட்சியளித்தாள் அவள்.

அறையில் குளுமையாக இருந்தது. இருட்டாகவும் இருந்தது. மலிவு வாசனைப் பொருள்களும், லெமனோட் குடியின் வாசனையும் கலந்து வீசிற்று அறைக்குள். பூாய்னு காதைத் தீட்டிக்கொண்டு

கவனித்தான். கொல்லைக் கதவை யாரோ திறந்து மூடும் சப்தம் கேட்பது போல இருந்தது.

"இந்தச் சமயத்தில் நான் வந்தது உனக்கு ஒன்றும் அசௌகரியம் இல்லையே!" என்றான் ழாய்னு

அவன் சொன்னதைக் காதில் வாங்காதவள் மாதிரி இருந்துவிட்டாள் அவள். வெள்ளை மதுப்புட்டியையும் இரண்டு கோப்பைகளையும் எடுத்து வந்தாள். மேஜையண்டை அவனை உட்காரச் சொல்லி, தானும் உட்கார்ந்து கொண்டாள்.

ஒரு வார்த்தையும் பேசாமல் அவள் முன் ஒரு கடிதத்தை வைத்தான் ழாய்னு.

"இது பிளமார்ட்டுக்கு வந்த கடிதம்" என்றாள்.

"அதனாலென்ன? பிரித்துப் பார்."

பிரித்துப் பார்த்தாள். அவள் கடிதத்தைப் பார்த்துக் கொண்டிருக்கும்போது தபால்காரன் அவளையே பார்த்துக்கொண்டு உட்கார்ந்திருந்தான். அடித்துடை போல வெண்மையாகவும் பருமனாகவும் இருந்த கைகளில் இருந்த அம்மைத் தழும்புகள் ஆசையூட்டுவனவாக இருந்தன. இன்ப வளர்ச்சியுடன் தபால்காரனின் கண்கள் அவள் மார்பில் ரவிக்கை கழுத்துக்கு மேலே தெரிந்த பாகத்தையும் கழுத்தையும் உதடுகளையும் கன்னங்களையும் கவனித்தன. தலையணி அழகாக, பல வர்ணங்களில் அணிந்திருந்தாள். அவள் அழகிதான். சந்தேகமே இல்லை.

நிமிர்ந்து அந்தக் கடிதத்தை அவனிடம் திருப்பித் தந்தாள்.

"இதை எழுதிய பன்றி யார் என்று அறிந்துகொள்ள எனக்கு இஷ்டம்தான்."

தபால்காரன் ஏற்கனவே படித்து அறிந்த விஷயந்தான். அது. ஆனால் அதைச் சொல்லிக்கொள்வானேன்?

"கையெழுத்தில்லாத மொட்டைக் கடிதமா அது? அப்படித்தான் நினைத்தேன். மொட்டைக் கடித வாசனை பழக்கப்பட்டவனுக்குத்தான் நன்கு தெரியுமே" மூக்குக் கண்ணாடியை எடுத்து மாட்டிக்கொண்டு அதைப் படிக்கிற

மாதிரி பாசாங்கு செய்தான்.

திடீரென்று அம்மைத் தழும்புகளுடன் கூடிய நிர்வாணமான கரத்தை மேஜைமேல் அவன் முன் தட்டினாள் அவள்.

"கப்பின்தான் எழுதியிருப்பான்" என்றாள்.

"ருஜு இல்லாமல் யாரையும் குற்றம் சாட்டக் கூடாது. மாடம் ப்ளமார்ட்" என்றான் மூாய்னு. புத்திமதி சொல்கிற குரலில். "அதுவும் நாட்டுக்கு உதவி செய்வதாகச் சபதம் செய்து உத்தியோகம் பார்ப்பவர்களைப் பற்றி நிச்சயமாகக் குற்றம் சாட்டக் கூடாது."

அவள் கன்னங்கள் சிவந்தன. அவள் மீண்டும் சொன்னாள்: "அவன்தான்! அந்தப் போலீஸ்காரன்தான். அவனேதான்! எனக்கு நிச்சயமாகத் தெரியும்!"

"அப்படியானால்..." என்று முணுமுணுத்தான் மூாய்னு. மீண்டும் கடிதத்தை எடுத்துப் பார்த்தான். அந்தக் கிழட்டுக் காலிப்பயல் கப்பினா?" என்றான். தனக்குள்ளாகவே புன்சிரிப்புச் சிரித்தான்.

கிராமத்துப் போலீஸ்காரன் மூாய்னுவின் எதிரிகளில் ஒருவன். யுத்தத்தில் தரைவீரனாக அவன் ராணுவ சேவை செய்தவன். பாஸ்ஸேயின் ஹோட்டலில் உட்கார்ந்து கொண்டு, யுத்தத்தை எப்படிச் சீக்கிரமாக முடித்துவிட்டிருக்கவேண்டும் என்பது, பற்றிக் கதை அளந்து கொண்டிருப்பான். முதலில் பிரெஞ்சு சேனை பெர்லின் நகரைத் தாக்கியிருக்க வேண்டும் என்பது அவன் கட்சி மேயருக்கு எதிராக நின்று ஜயிக்க முஸ்தீபுகள் செய்து கொண்டிருக்கும் மெஸ்ஸியர் டிபீயல் என்பவருக்கு அவன் ரகசியத்தில் உதவி செய்வதாக நம்பினான் மூாய்னு. அது மன்னிக்க முடியாத குற்றம். ரகசியத்தில் அவனைக் கண்காணித்து வந்தான் மூாய்னு. முக்கியமாக அவன் ராணுவ உடைதான் மூாய்னுவுக்குக் கோபத்தையும் பொறாமையையும் ஊட்டியது. தனக்குப் போட்டியாக அவனும் சிவப்புத் தொப்பி அணிகிறானே என்று கோபம் அவனுக்கு.

மொட்டைக் கடிதத்தைத் தன் பைக்குள் போட்டுக் கொண்டான். கப்பினை மட்டம் தட்ட அவனுக்கு ஒரு விஷயம் கிடைத்து விட்டது.

“என்னவானாலும் சரி, இந்தக் கடிதம் உன் புருஷன கையில் கிடைத்திருந்தால் உனக்குச் சற்றுச் சிரமமாக இருந்திருக்கும். நீ எனக்கு நன்றி செலுத்த வேண்டும்,” என்றான் மூாய்னு.

“சிரமமா?” அலட்சியமாக அகம்பாவத்துடன் சொன்னாள் மாடம் ப்ளமார்ட் சிரித்தாள். வேறு ஒரு குரலில் தணிந்து மெதுவாகச் சொன்னாள்: “ப்ளமார்ட்டின் கோபத்தையும் பொறாமையையும் சமாளிக்க எனக்குத் தெரியும், நீ கவலைப்படாதே! ப்ளமார்ட் என்னைக் கடிந்துகொள்ளத் துணியமாட்டான். பயப்படாதே நீ. ஏதோ முணுமுணுப்பான். அவ்வளவுதான்” என்றாள். இவ்வளவு சுதந்தரத்துடன் பேசிவிட்டது பற்றி வருத்தப்படுபவள்போல உடனேயே மறுபடியும் குரலை மாற்றிக்கொண்டு சொன்னாள் “நீ செய்தது சரிதான், மெஸ்ஸியர் மூாய்னு அந்தக் கடிதத்தைப் படித்துவிட்டு ப்ளமார்ட் துக்கத்தில் ஆழ்ந்துவிடுவான். அதை என்னிடம் நீ படிக்கத் தந்தது சரியான விஷயந்தான். உனக்கு என் நன்றி” என்றாள்.

புகையிலையை எடுத்து ஒரு கடிதத்தில் கொட்டி ஒரு சிகரெட்டாக உருட்டிக்கொண்டான். கீழ்ப்பார்வையாக அவளைப் பார்த்தான். கேட்க விரும்பியதைக் கேட்கலாமா வேண்டாமா என்று யோசித்தான். கேட்டே பார்த்துவிடலாம் என்று கேட்டான்.

“ரகசியத்தில் கேட்கிறேன். இந்த மாதிரி ஏன் நடந்து கொள்கிறாய் நீ?”

“எந்த மாதிரி?”

மூக்கு துடிக்க அவள் நிமிர்ந்து அதைக் கேட்டபோது ஓர் இளங்கிடாரிக் கன்றின் ஞாபகம் வந்தது அவனுக்கு.

“தெரியாத மாதிரி கேட்காதே!” என்று மூாய்னு சிரித்துக் கொண்டே சாதாரணமாகச் சொன்னான்; “என்னிடம் மறைத்து வைப்பானேன்? இது விஷயம் பற்றிச் பேச ஆரம்பித்ததனால் நான் ஒளிவு மறைவில்லாமலே சொல்லி விடுகிறேன். எனக்கு என்ன தோன்றுகிறது தெரியுமோ? ப்ளமார்ட் மாதிரி ஒரு ராட்சஸனுடன் இரவு பூராவும் படுக்கப்போகும் பாக்கியமுள்ள நீ ஏன் இப்படிப் பிறரையெல்லாம் தேடி அலைகிறாய்!”

“அது பெரிய பாக்கியம் என்று நினைக்கிறாயா நீ?”

மாடம் ப்ளமார்ட்டுக்குத் தபால்காரனின் கேள்வி கோபமூட்டவில்லை, தடித்த உதடுகளின் கோடியிலே ஒரு புன்னகை மலரத் தயாராக ஒளிந்து கொண்டிருந்தது. உள்ளூர அவள் மனத்திற்குள் ஓர் ஆனந்தம். ஓர் இன்பம் மலரத் தொடங்கியதாக மூாய்னுவுக்குத் தோன்றியது. கையில் உட்கார்ந்த ஓர் ஈயை ஓர் அடியால் நசுக்கினாள். கீழே அதைத் தள்ளிவிட்டுப் பேசாமல் மூாய்னுவையே பார்த்துக்கொண்டு உட்கார்ந்திருந்தாள். ஒரு நிமிஷம் கழித்துச் சொன்னாள்.

“உன்னிடம் எதையும் மறைக்காமல் சொல்லலாமில்லையா? மெஸ்ஸியர் மூாய்னு, கண்டவர்களிடம் எல்லாம் காதில் விழுந்ததை எல்லாம் சொல்லிவிடுகிற ஆசாமி இல்லையே நீ? சரி, சுவாரசியமான விஷயம் ஒன்று சொல்லுகிறேன், கேள். ப்ளமார்ட் ஆண்மகனே அல்ல; அலி. அது உனக்கு ஆச்சரியமாக இருக்கிறது, இல்லையா? உண்மை என்னவோ அதுதான். எனக்குத் தெரியாதா? நான் சொல்லுகிறேன், கேள். அவன் அலி. பலசாலிதான். பார்க்க ராட்சஸன் மாதிரிதான் இருக்கிறான் அவன். ஆனால் பெண்களுக்கு இன்பம் தரச் சக்தியற்றவன் அவன். ஒரே படுக்கையில்தான் நாங்கள் இருவரும் படுத்துக்கொள்ளுகிறோம். ஆனால் ஓர் இரவுகூட அவன் என்னைத் தொட்டது கூட இல்லை.”

மதுவை எடுத்து ஒரு வாய் சாப்பிட்டாள். கோப்பையைக் கீழே வைத்துவிட்டு மேலும் சொன்னாள்:

“அதனால்தான் நான் அவனோடு இருக்கிறேன் இன்னமும் என்றுகூடச் சொல்லலாம். உண்மை உனக்குச் சொல்லுகிறேன். என் காதலர்கள் எண்ணிக்கை கணக்கில் அடங்காது. ஒப்புக் கொள்ளுகிறேன். ஆண்கள் அப்படி இருக்கிறார்கள். ப்ளமார்ட் கொஞ்சம் வித்தியாசப்பட்டிருப்பதால்தான் எனக்கு அவனைப் பிடித்திருந்தது. அவனை நான் தூண்டிவிட்டபோதும் கூட அவன் பயந்து ஓடிவிடுவானே தவிர நெருங்கிவரமாட்டான். ஏன் வரப் பயப்படுகிறான் என்று எனக்குக் கடைசியில் ஒரு நாள் தெரிந்துவிட்டது. என் மனத்தில் அது எப்படி என்னைப் பாதித்தது என்று உன்னால் கற்பனைகூடச் செய்து பார்க்க முடியாது. மூாய்னு, முடியாது. அவனைத்தான் கல்யாணம் செய்து கொள்வது என்று அன்றே நான் தீர்மானித்துவிட்டேன். அதில்

எவ்வளவோ சௌகரியங்கள் உண்டு. அவனைக் கல்யாணம் செய்துகொண்டது பற்றி நான் ஒரு நாள் கூட வருத்தப்பட்டது கிடையாது என்று நான் சொன்னால் நீ நம்பலாம். எனக்குப் பணம் பண்ண ஆசை. ஆனால் நான் எது செய்தாலும், என் புருஷனுக்காகத்தான் செய்கிறேன். நான் என் புருஷனை விடப் பன்னிரண்டு வயது பெரியவள். என்றைக்கும் இப்படி என்னால் பணம் சம்பாதித்துக் கொண்டிருக்க முடியுமா? சொல்லு. இன்னும் கொஞ்ச நாளைக்குத்தான் நடக்கும். முன் யோசனையுடன் எதையும் செய்ய வேண்டாமா, சொல்லு; நான் போய்விட்ட பிறகு இப்படிச் சம்பாதித்து என் புருஷனுக்கு யார் தருவார்கள்? நான் போய்விட்ட பிறகு வெண்ணெய் இல்லாத வெறும் ரொட்டியை அவன் தின்னும்படி நேரிட்டுவிடக்கூடாது என்பதுதான் என் கவலை. காபியில் கொஞ்சம் பிராண்டி விட்டுக் குடிக்க ஆசைப்பட்டால் காசு இல்லாமல் என்ன செய்வது? புகையிலை வாங்க அவனுக்குப் பணம் வேண்டாமா? அதற்காகத்தான் என்னாலான வழிகளிலெல்லாம் பணம் தேடுகிறேன், கொஞ்ச நாளைக்குத்தானே நடக்கும்."

முழங்கைகளை மேஜைமேல் வைத்துக்கொண்டு மோவாய்க் கட்டைத் தசையைக் கைகளால் தாங்கிக் கொண்டு, ழாய்னுவை நிமிர்ந்து பார்த்துக்கொண்டு, சிரிக்காமல், சொன்னாள் அவள் இத்தனையும், அவன் கண்களை அரைகுறையாக மூடிக்கொண்டு பதில் எதுவும் சொல்லாமல் இருந்தான்.

"தெரிந்ததா உனக்கு? இதுதான் விஷயம். மற்றவர்களை நீ தவறுதலாக எண்ணிவிடக் கூடாது, ழாய்னு. அவசரப்பட்டு ஒரு தீர்மானத்துக்கு வந்து விடாதே! எதற்காக, ஏன் இப்படியெல்லாம் நடக்கிறது என்று விசாரித்து அறிந்துகொள்ளாமல் ஒரு முடிவுக்கு வந்துவிடாதே!"

"கடவுள்தான் என்னைக் காப்பாற்றவேண்டும்!" என்று ஆச்சரியத்துடன் சொன்னான் ழாய்னு.

அவனுக்கு மூச்சே நின்றுவிடும்போல இருந்தது. அவள் சொன்னது அவ்வளவு ஆச்சரியமான செய்தி.

14

மாடம் ப்ளமார்ட்டின் கடையில் ஒரு கால் மணி நேரம் தங்கியிருந்திருப்பான் மூாய்னு. ஆனால் இந்தக் கால் மணிநேரத்தில் வானத்தில் இருண்ட மேகங்கள் பல தோன்றி மூடிவிட்டன. காட்டுப் பிரதேசம் டர்க்கிஷ் ஸ்நான அறைமாதிரி உஷ்ணத்தில் புகைந்தது. மாலை நேரம் வந்துவிட்டதுபோல, கொசுக்கள் கூட்டங்களாகப் பறந்து பாடத் தொடங்கி விட்டன. நாய்க்குடைகளின் மணம் தரைமீது தாழ்வாகப் படர்ந்து நின்றது. மெல்லிய மரங்கள் கூட ஆடாமல் அசையாமல் நின்றன. மூாய்னுவின் சைக்கிள் சக்கரங்களுக்கு அடியில் புழுதி கரகரவென்று சப்தம் எழுப்பியது.

'ஓடிவா பிக்! ஓடிவா மிராபோல்' என்று தன் நாய்களைக் கூப்பிட்டுக்கொண்டு சைக்கிளை வேகமாக அழுத்தினான் மூாய்னு. நாக்குகளைத் தொங்கவிட்டுக் கொண்டு நாய்கள் ஓடிவந்தன. அலுத்துப்போனவை மாதிரி சில சமயம் தயங்கின அவை; ஆனால் சீக்கிரமே அவை மீண்டும் வேகமாக ஓடத் தலைப்பட்டுவிடும்.

அடிவானத்துக்கு ஒட்டி, வில்லேகிராண்டு நகரப் பக்கத்தில் கருமேகங்கள் பூமியைத் தொடுகிற மாதிரி தொங்கிக்கொண்டிருந்தன. கிராமத்துக்கு மீண்டும் மூாய்னு திரும்பும்போது வானம் குமுறிக் கொண்டிருந்தது.

மாய்ப்பறு கிராமத்துக்கே வேர்த்து விறுவிறுப்பது போல இருந்தது. ஜன்னல்கள் எல்லாம் சாத்தப்பட்டிருந்தன. கால்கள்

எல்லாம் பழுக்கக் காய்ந்தவைபோல இருந்தன. காலை முதல் இரவு வரை கிராமத்து மக்கள் எல்லாரும் ஏதோ காரியங்கள் செய்துகொண்டுதான் இருந்தார்கள். அவசியமான காரியங்கள்; ஆனால் பயனளிக்காதவை; வெகு நாளாகப் பழக்கப்பட்ட காரியங்கள்; ஆனால் பலவும் அர்த்தமற்றுப் போனவை என்று சொல்லலாம். குறுக்கும் நெடுக்கும் ஜனங்கள் போய் வந்து கொண்டிருந்தார்கள். முகத்தைச் சுளித்துக் கொண்டார்கள். சந்தோஷப்பட்டார்கள். கடைகளிலிருந்து லாயங்களுக்கும், உலைக் கூடத்திலிருந்து வண்டிப் பட்டறைக்கும். மாடியிலிருந்து சமையலறைக்கும், கொல்லையிலிருந்து கொட்டகைக்கும். ஏதோ காரியமாகப் போய்ப்போய் வந்துகொண்டிருந்தார்கள்; ஸ்திரீகள் எறும்புகள் போல எப்போதும் சுறுசுறுப்பாக ஒன்றன்பின் ஒன்றாகத் தங்கள் அலுவல்களைப் பார்த்துக்கொண்டிருந்தார்கள். கோழிக்குடியிலிருந்து தண்ணீர்த் தொட்டிக்கும், கணப்பிலிருந்து கொல்லைப் புறத்துக்குமாகப் போய்க்கொண்டிருந்தார்கள். காரியம் நடந்தது கொஞ்சந்தான் என்றாலும் அதைச் செய்யச் சுறுசுறுப்பு அதிகமாக இருந்தது. ஓர் அசைவு போதும் என்கிற இடத்தில் ஒன்பது அசைவுகள் இருந்தன. திட்டமான வேலைகள் செய்ய அவர்களில் யாருக்கும் தெரியாது. ஓய்வு எடுத்துக் கொண்டு ஆனந்திக்கவும் அறியாதவர்கள் அவர்கள். அங்கும் இங்கும் நகர்ந்துகொண்டிருப்பதற்குத்தான் உயிர் வாழ்க்கை என்று பெயர் சொல்ல வேண்டும் என்று எண்ணியவர்கள் போல அவர்கள் ஓயாமல் போய்ப் போய் வந்துகொண்டிருந்தார்கள். சாவு என்கிற கடைசி சந்திப்பை எட்ட அவசரம் தாங்காதவர்கள் போல ஓடிக்கொண்டும் வந்துகொண்டுமிருந்தார்கள். நெற்றியில் வேர்வை அரும்பினாலொழிய, சாப்பிடுவது ருசிக்காது என்று எண்ணியவர்கள் போல நெற்றியில் வேர்வை அரும்பப் பாடுபட்டுக் கொண்டிருந்தார்கள்.

மூாய்னு திறந்த சதுக்கத்தில் சைக்கிளை உந்திக்கொண்டு போகும்போது, காற்று பலமாக வீசியது. ஆலயத்தின் கோபுரம் அவ்வளவு உயரத்துக்குப் புழுதிப்படலம் எழுந்து சுழன்றது. - ஜன்னல் கதவுகளும் கடகடவென்று சப்தப்படுத்தின. வானம் ஈய வர்ணம் பெற்றது. தெளிவாகவும் அருகிலும் வானம் அடிக்கடி குமுறியது.

“விளக்கைப் போட்டுவிட்டு, பெர்டினாண்டு! இருட்டிக்கொண்டு வருகிறது” என்று மூாய்னு பரியாரியைப் பார்த்துச் சொன்னான். பெர்டினாண்டு தன் கடை வாசலில் நின்று தன் கண்களால் அடிவானத்தை ஆராய்ந்து கொண்டிருந்தான்.

தெருவோடு போய்க்கொண்டிருந்த மாடம் பாஸ்ஸே, “மழை பெய்யப்போகிறது” என்று சொல்லிவிட்டுப் போனாள்.

தபாலாபீசுக்கு எதிரில், ஒரு பெரிய உருவம், சிவந்த முகத்தினனாக, மூாய்னுவின் முன் எதிர்ப்பட்டது. தலையிலே கறுப்பு கெபிக்குல்லாய் அணிந்திருந்த அவன்தான், போலீஸ்காரன் கப்பின்.

மூாய்னு விஷயத்தை நேரே போய் எட்டிப் பிடித்தான்.

“இங்கே என்ன செய்துகொண்டிருக்கிறாய், போலீஸ்காரா? விஷயம் தெரியாதா உனக்கு? ப்ளமார்ட் தன் மனைவியைக் கொன்றுவிட்டான், ஓடு” என்றான்.

சிவந்த கன்னங்கள் வெளிறிட, கப்பின் பிரமித்துப்போய் நின்றுவிட்டான். வானத்திலே பெரிய இடி ஒன்று இடித்து ஓய்ந்தது. கப்பினையே சிறிது நேரம் பார்த்துக்கொண்டு நின்ற மூாய்னு உரக்கச் சிரிக்கத் தொடங்கினான்.

“போடா முட்டாள்! நீ முட்டாள்தான் கப்பின்! நான் சொன்னது விளையாட்டுக்குத்தான். ஆனால் நான் தெரிந்துகொள்ளவேண்டும் என்று எண்ணிய விஷயத்தை நீயே எனக்குத் தெரிவித்துவிட்டாய்.”

போலீஸ்காரனை விட்டுவிட்டுத் திரும்பி வீட்டுப் பக்கம் போனான். இரண்டு நாய்களையும் அவற்றின் இடத்தில் கட்டிப் போட்டான். மேல் சட்டையை இழுத்துப் பித்தான்களைப் போட்டுக்கொண்டான். தினமும் வீட்டுக்குள் போகுமுன், காலை அலுவல்களை முடிக்குமுன், அவன் நகரசபைக்குள் போய் மெஸ்ஸியர் அர்ணால்டனைப் பார்ப்பது வழக்கம்.

பிரான்சு தேசத்தின் உருவச்சிலைக்கு முன் மேயர் தம் வாசகசாலை அறையில் குறுக்கும் நெடுக்கும் நடந்து கொண்டிருந்தார். அவர் வாயில் சுங்கானைக் கவ்விக் கொண்டிருந்தார். பள்ளிக் கூடத்தை விட்டு அப்போதுதான் வந்திருந்த மெஸ்ஸியர் எண்பெர்க் தம் அறிக்கையை முடித்துக் கொண்டிருந்தார்.

மேயர் சொன்னார்: “இதைத் தெளிவாக்கிக் கொள்வோம் முதலில், ஒரு விஷயத்தையும் மறைத்து வார்த்தைகளில் பூசி மெழுக நான் சம்மதிக்கப் போவதில்லை. முனிசிபல் அங்கத்தினர்களை, ஜனங்களின் பிரதிநிதிகளை யாரும் அடக்கி வைப்பதை நான் அனுமதிக்கப் போவதில்லை... ஜனநாயகம் என்கிற கொள்கைக்கே அது அவமரியாதை அல்லவா? நான் எப்படிப்பட்டவன் என்பதை அவர்கள் அறியும்படியும் காட்டிவிடுகிறேன். நாளைக்கே உட்கார்ந்து நாம் கடிதம் எழுதிவிடுவோம். இப்போது, பையா, உன் இடத்தில் உட்கார்ந்து இதற்கெல்லாம் கையெழுத்திட்டுத் தந்துவிடுகிறேன்.”

அர்ணால்டன் வார்த்தைகளை வீணாகக் கொட்டிவிடுகிற ஆசாமி அல்ல. செட்டாகத்தான் பேசுவார். அவர் பேச்சிலே “கிராமமே கண்ணாக இரு.” “முதலில் இதைப் புரிந்துகொள்வோம்.” “செயல் வேண்டும், பேச்சுப் போதாது” என்கிற வாக்கியங்கள் அடிக்கடி அடிபடும். தாம் ஒரு தலைவர் என்கிற ஞாபகத்தில் இப்படி அர்த்தமற்ற பல வாக்கியங்களை உபயோகித்து உபயோகித்துத் தன்மதிப்பு தேடிக்கொள்வார் அவர். நேரே, சுருக்கமான பாதைகளில் செல்லுகிறவர் அவர் என்று பிறர் எண்ணவேண்டும் என்பது அவர் அந்தரங்க ஆசை.

தலையில் ஒரு மயிர்கூட நரைக்கவில்லை எனினும் அவருக்குக் கிட்டத்தட்ட அறுபது வயசாகி விட்டது. கோடாலியால் கடினமான மரத்தில் செதுக்கியெடுத்தது போன்ற முக அமைப்பு தெளிவான நீலக்கண்கள், ஆனால் அவை ஆழ்ந்து இல்லை. சிறிய சுத்தமான மீசை தபால்பெட்டி வாய் போன்ற வாய். உலர்ந்து போன பாவமற்ற முகம் என்றுதான் சொல்ல வேண்டும். முன்னேறுவது என்கிற ஆசையைத் தவிர வாழ்க்கையில் வேறு எந்தவிதமான லட்சியமும் இல்லாதவர்களுக்கு அந்த முகபாவம் பொதுவாக இருக்கும்.

மேயருக்குப் பக்கத்தில் நின்று ஒவ்வொரு கடிதாசாக எடுத்துக் கொடுத்துக்கொண்டிருந்தார் உபாத்தியாயர் எண்பெர்க். மேயரின் கையெழுத்துக்குக் கீழே ஒவ்வொரு கடிதாசியிலும் மேயரின் முத்திரையும் குத்தப்பட்டது. எண்பெர்க்குக்கு இதெல்லாம் அதைரிய மூட்டுபவையாக இருந்தன. காரியாலயம், அலுவல்கள், சிவப்பு நாடா என்று பெருகப் பெருகக் காரியம் எதுவும்

நடைபெறாமல் நின்றுவிடுகிறது என்பது அவர் கட்சி. சமூகத்தின் வளர்ச்சியைத் தடுப்பது இந்த அலுவல் அதிகரிப்பு என்று அவர் நினைத்தார். சிவப்பு நாடாவில் சிக்கிக்கொண்ட விஷயம் எதுவுமே தெளிவு பெறாமல் அஸ்தமித்துத்தான் போய்விடும் என்பதில் எண்பெர்க்குக்குத் துளியும் சந்தேகம் இல்லை. ஆனால் அதை அவர் வெளிப்படையாகச் சொல்லவில்லை. அர்னால்டனையும் அவர் பேச்சுகளையும் போக்குகளையும் பல நாட்களுக்கு முன்னாலேயே அவரளந்து வைத்துக்கொண்டாகிவிட்டது. போர் வீரனைப் போல மனம் விட்டும் தைரியமாகவும் பேசுவதாக எண்ணிப் பேசிய மேயர், மனிதனுக்கு அவசியமான கொள்கைகளையெல்லாம் பற்றியளந்த மேயர், பேச்சுத்தான் பெரிசாகப் பேசுவாரே தவிர, செயலில் சைபர் என்பதை அவர் அறிந்துகொண்டாகிவிட்டது வெகுநாட்களுக்கு முன்பே. லொட லொடவென்று தற்பெருமை பேசுபவர் அவர். காரியத்தில் ஒன்றும் கிடையாது கிரமத்துடனோ, கொள்கையுடனோ, உண்மையுடனோ, நேர்மையாகவோ, பெருந்தன்மையாகவோ மேயரால் ஒரு காரியதரிசியாகவும் பள்ளிக்கூட உபாத்தியாயர் எண்பெர்க் வேலை பார்க்க வேண்டியதாக இருந்தது. ஆகவே மனத்தில் எண்ணியதை வாயைத் திறந்து சொல்வதற்கில்லை. மேயரைப் பற்றித் தம் அபிப்பிராயத்தை அவர் ரகசியமாகத்தான் வைத்துக்கொள்ள வேண்டியதாக இருந்தது. பார்த்ததைக் கண்டு வெட்கப்பட்டார் அவர்; செய்ய வேண்டியதைக் கண்டு அருவருப்படைந்தார். எனினும் வாய்திறந்து எதுவும் சொல்லிக்கொள்ள முடியாது. உண்மையிலேயே கஷ்டமாகத்தான் இருந்தது. மனுஷ்யனுக்கு ஒரு தனி மதிப்பு, கௌரவம் எல்லாம் உண்டு என்று எண்ணிய உபாத்தியாயர் எண்பெர்க் உண்மையிலேயே மதச் சார்பற்ற ஜனநாயகத்திலே அளவு கடந்த நம்பிக்கை வைத்திருந்தார். நகரவாசிகளில் எல்லாரும் கொள்கையளவில் சரி சமானமானவர்கள்தான்; அவர்கள் தீர்மானம் அசைக்க முடியாதது என்று எண்ணினார் அவர். ஜனநாயகத்தின்படி ஏற்றுக் கொண்ட தீர்ப்புக்கு எதிராக எண்ணுவது அயோக்கியத்தனம் என்று நினைத்தார் அவர். தனிப்பாதையில் நடக்க விரும்புகிறவன் அயோக்கியன், கவைக்குதவாதவன், துரோகி என்கிற எண்ணமுள்ளவர் அவர். முதலாளிமார் ஜனநாயக வேஷம் போட்டுக்கொண்டு பழைய குருடி கதவைத் திறடி என்று ஜனநாயகத்தின் ஆணிவேர்களை

அழித்துவிடப் பாடுபடுவார்கள் என்பதை அவர் என்றும் ஞாபகத்தில் வைத்துக்கொண்டிருப்பவர். இதெல்லாம் பற்றிப் பேச்சளவில் அர்ணால்டன் செம்மையாகத்தான் பேசுவார். கேலி செய்கிற மாதிரி இருக்குமே தவிர, செயலில் புசுபுசுத்துவிடும் வார்த்தைகளும் கொள்கைகளும். லட்சியம் என்று கொள்ள வேண்டியதைக் காலின் கீழே போட்டு மிதிக்கிறார்களே என்று தவியாகத் தவித்தார் எண்பெர்க். ஆனால், பிரான்சு தேசத்திலே அர்ணால்டன்கள்தான் ஆயிரக்கணக்கில் இருந்தார்கள். ஜனநாயகத்துக்காக யுத்தம் செய்து உயிர் துறக்கக்கூடத் தயாராக இருந்தவர்கள், எண்பெர்க்கைப் போன்றவர்கள், மிகவும் சொற்பப் பேர்வழிகள்தான் என்று எண்ணினார் எண்பெர்க்.

இதெல்லாம் பற்றி அர்ணால்டனுக்கு எதுவும் தெரியாது. ஆனால் மூாய்னுவுக்கு விஷயம் தெரியும். எத்தனையோ கடிதங்களை ரகசியத்தில் பிரித்துப் பார்த்தவன் அல்லவா? அவன் அடிக்கடி சொல்லி எச்சரிப்பான்: “என் வார்த்தைகளைக் கேளுங்கள், மிஸ்டர் மேயர். அந்த எண்பெர்க் இரட்டை முகக்காரன் இப்படியும் இருப்பான், அப்படியும் இருப்பான். ஜாக்கிரதை!”

15

கிராமத்தின் பெரிய சதுக்கத்தில் மழைத்துளிகள் படபடவென்று விழுந்து புழுதியில் மறைந்து கொண்டிருந்தன. காற்றால் கலைக்கப்பட்ட செஸ்ட்நட் மரங்கள் தங்களுடைய பழுத்த இலைகளைக் காற்றுக்குப் பலி கொடுத்தன.

தபால்காரனுக்குச் சாப்பிடப் போக அவசரம்.

லாமெலி சாப்பாட்டை எடுத்துவைத்தாள். ழூாய்னு சாப்பிட உட்கார்ந்தான்.

மோவாய்க்கட்டை மேஜையில் இடிக்கும்படியாகச் சாய்ந்து உட்காந்து கொண்டு முகத்தில் ஒருவித பாவமும் இல்லாமல், கண்களைப் பாதி மூடிக்கொண்டே, சாப்பிட்டான் ழூாய்னு. அவன் எதுவும் பேசவில்லை. அவசரப்படாமல், எதையும் சாப்பாட்டில் குறுக்கே வரவிடாமல், ஜன்னலில் மழைத்துளிகள் படபடத்ததைப் பற்றிக்கூட லட்சியம் செய்யாமல் சாப்பிட்டான் அவன். அவன் மனத்தில் லாபகரமாகச் செய்யவேண்டிய பல விதண்டா வாதக் காரியங்கள் குடியிருந்தன. அவற்றைச் செய்து முடிப்பதைப் பற்றிச் சிந்தித்துக்கொண்டே சாப்பிட்டான்; சிலந்தி காத்திருக்குமே, உணவு தானாக வந்து வலையில் சிக்கும்வரையில் அந்த மாதிரி

உணவுக்காகவும், தனக்கு லாபகரமான காரியங்கள் செய்யவும் அவன் காத்திருந்தது போல இருந்தது.

லாமெலிக்கு அவன் மௌனங்கள் பழக்கமானவைதான். பேச்சிலே வல்லவனான மூாய்னுவை ஊருக்கெல்லாம் தெரியும். ஆனால் வீட்டிலே பேச்சே பேசாத மூாய்னுவை லாமெலிக்கு மட்டுமே தெரியும். சாப்பிடுவது, குடிப்பது, குறட்டை விடுவது இதைத் தவிர வேறு எதற்கும் அவன் வீட்டில் வாய்திறப்பதே கிடையாது. அவன் மனைவியும் தன் சிந்தனைகளில் ஆழ்ந்திருந்தாள் என்றுதான் சொல்லவேண்டும். சாப்பாடுகூடச் சரியாகச் சாப்பிடவில்லை அவள். ஏதோ சாப்பிட வேண்டுமே என்று கொறித்தாள். பசி இல்லை ஓரக் கண்ணால் தன் கணவனையும் இடைவிடாமல் கவனித்துக் கொண்டாள். தட்டில் ஏதாவது காலியானால், ரொட்டியோ, வெண்ணெயோ உடனே மேலும் கொடுப்பாள். மனைவி செய்ய வேண்டிய கடமை என்பதைத் தவிர இந்தக் கவனத்தில் வேறு எந்த அர்த்தமும் கிடையாது

இடி திடீரென்று பிரமாதமாக இடித்தது. அந்த அறையே கிடுகிடென்று ஆடுவதுபோல இருந்தது.

“அடேயப்பா! மிகவும் அருகில்தான்...” என்று உடலும் குரலும் நடுங்கச் சொன்னாள் லாமெலி.

ஆனால் அந்த இடியுடன் புயல் போய்விட்டது. காற்றும் அடங்கிற்று உடனேயே மழையும் நின்றுவிட்டது.

காபியைச் சாப்பிட்டுவிட்டு ரெயில்வே ஸ்டேஷனுக்கு மீண்டும் போகுமுன் மாடிக்குப்போய்ச் சிறிது நேரம் உறங்கப்போனான் தபால்காரன். ஆனால் சாதாரணமாக அவன் அந்த நேரங்களில் படுப்பதே கிடையாது. தன் அறையில் ரகசியமாகச் சிறிய ஸ்பிரிட் லாம்பில் ஜலத்தைக் கொதிக்கவைத்து, காலையில் தனியாக எடுத்துப் பிரித்து வைத்த உறைகளை நீராவியில் காட்டி, ரகசியத்தில் பிரித்துப்பார்க்க நேரம் மூாய்னுவுக்கு அப்போதுதான் கிடைக்கும்.

அன்று விஷயம் நிறையவும் இருந்தது; திருப்திகரமாகவும் இருந்தது. கப்பின் பெயருக்கு வந்திருந்த ஒரு கடிதத்தில், ஊர் மேயருக்கு எதிராகச் சதிசெய்வதில் அவன் ஈடுபட்டிருந்த

விஷயம் தெளிவாகவே தெரியக் கிடந்தது. மேயருக்கு இந்த ருஜு கிடைத்துவிட்டால், சந்தோஷப்பட மாட்டாரா அவர்!

அதிருஷ்டவசமாகக் கிடைத்த இந்த விஷயங்கூட அன்று தபால்காரனின் மனத்துக்கு அமைதி தரப் போதுமானதாக இல்லை. படுக்கையிலே படுத்துக்கொண்டு, உச்சிமேட்டைப் பார்த்துக்கொண்டு கிடந்த ழாய்னுவின் மனத்திலே வேறு பல உருவங்கள், விஷயங்கள் குழம்பின. அந்த நாடோடிப் பெண்ணின் முழங்கால்கள், ஆசையூட்டிய மாடம் ப்ளமார்ட்டின் அம்மைத் தழும்புகள், மாடம் மாரிஸோவின் பருத்த பின் தட்டு எல்லாமாக அவன் கண்முன் தோன்றி அவனை அவஸ்தைப்படச் செய்தன. நீறுபூத்த நெருப்பு என்று அவனைச் சொல்ல வேண்டும். துளி காற்றடித்தால் போதும், நீறு விலகி நெருப்பு வெளிப்பட்டுவிடும். அந்தக் காற்று சற்று முன் அடித்தே விடும்போல இருந்தது. காபி கொணர்ந்து வைக்கும்போது, லாமெலியின் பாவாடை அவன் மேல் பட்டது. உடனேயே வெறியேறியவனாக அவன் காபிக் கெட்டிலும் கையுமாகத் தனக்கு மிகவும் பழக்கமான அந்த உடலைக் கட்டிக் கொள்ள முயன்றான். எப்படியோ லாமெலி தப்பித்துக்கொண்டு நழுவிவிட்டாள்.

“பைத்தியமா உனக்கு? கையில் கொதிநீர் கொட்டிக் கொப்புளித்திருக்குமே இந்த நேரம்!” என்றாள் அவள்.

அவள் கோபம் அவனுக்குச் சிரிப்பு மூட்டியது. சிரித்துக்கொண்டே காபியைக் குடித்துவிட்டு எழுந்துவிட்டான்.

ஒரு மணிக்கு, கெபிக் குல்லாயை அணிந்துகொண்டு. 1.27 ரெயிலைச் சந்திக்கக் கிளம்பினான் ழாய்னு.

மிகவும் உஷ்ணமான நேரம் அதுதான். தூசியை அடக்குவதைத் தவிர, புயல் வேறு ஒன்றையும் சாதித்துவிடவில்லை. இன்னமும் உஷ்ணமாகவேதான் இருந்தது. ஒரு நிமிஷம் குளுமையாக இருக்கும்போல இருந்த காற்று இப்போது உஷ்ணமாகத்தான் அடித்தது. கல்லறைத் தோட்டத்துக் கற்கள், உருவங்கள், உஷ்ணத்திலும் வெயிலிலும் பளபளத்தன.

மலைச் சரிவில் ஏறுமுன், சைக்கிளை விட்டு இறங்கி, நெற்றி வேர்வையைத் துடைத்துக்கொண்டான் தபால்காரன். திடீரென்று விஷமக்கார நெருப்பு, பற்றிக்கொண்டு விடும்போல இருந்தது.

காட்டுப் பாதையிலே தனியாகச் சுள்ளி பொறுக்கிக் கொண்டிருந்த பிலிபெர்ட் என்கிற பெண்ணின் உருவம் தெரிந்தது. அவளைத் தேடிக்கொண்டு போனால்...

"சரி, சரி! வேலையைப் பார்" என்று தனக்குள்ளேயே சொல்லிக் கொண்டு - மூாய்னு ஸ்டேஷனை நோக்கி சைக்கிளைச் செலுத்தினான்.

என்ன சொன்னாலும் கடமையைத்தான் முதலில் கவனிக்க வேண்டும். இல்லையா?

16

கரையோரமாக வந்து மூலை திரும்பியவுடனேயே, ஸ்டேஷனில், ஸ்டேஷன் மாஸ்டர் குறுக்கும் நெடுக்கும் நடந்து கொண்டிருப்பது மூாய்னுவின் கண்ணில் பட ஆரம்பித்துவிட்டது. ஸ்டேஷனைச் சுற்றியிருந்த வேலி இடுப்புயரந்தான் இருந்தது. ஸ்டேஷன் மாஸ்டரின் விந்தையான முகத்தையும், நீட்டிக்கொண்டு நின்ற மூக்கையும் எப்படிப் பார்க்காமல் இருக்க முடியும்? வயதால் வளைந்தவர் அவர். அப்படி ஒன்றும் வீர புருஷராகக் காட்சியளிக்கவில்லை அவர்.

மூாய்னு நெருங்கியதும், "எனக்கு ஒன்றும் தபால் வரவில்லையே?" என்று கேட்டார் ஸ்டேஷன் மாஸ்டர்.

"இருக்கிறது! இருக்கிறது!" என்று சொல்லிக் கொண்டே மூாய்னு சைக்கிளை வேலிமேல் சார்த்தி வைத்தான்.

மீசைக்குப் பின்னால் அவன் சிரித்துக்கொண்டிருந்தான். ஸ்டேஷன் மாஸ்டர் என்ன தபால் எதிர்பார்த்துக் கொண்டிருந்தார் என்பது அவனுக்குத் தெரியும். பதினைந்து நாட்களுக்கு முன் அவர் அதிகாரிகளுக்கு அனுப்பிய விண்ணப்பத்தைப் பிரித்துப் பார்த்துவிட்டுத்தானே மூாய்னு அனுப்பியிருந்தான்! அந்த விஷயம் அவனுக்கே ஆச்சரியம் தந்தது. அதற்கு அதிகாரபூர்வமாக பதில் எதிர்பார்த்துக்கொண்டிருந்தார் ஸ்டேஷன் மாஸ்டர்.

ஆவலுடன் வந்தவரிடம், "இதோ" என்று மூாய்னு பெல்ஜியம் தேசத்துத் தபால் முத்திரையை எடுத்துக் கொடுத்தான் சாவகாசமாக.

"வேறு ஒன்றுமில்லையா?"

ஏமாற்றமடைந்தவராகத் தலைகுனிந்தார் அவர். மற்றவர்களும் தலைகுனிவதுண்டு, ஏமாற்றமடையும் போது. ஆனால் அவர் தலைகுனிந்தது விசேஷமான தலைகுனியலாக இருந்தது, பாவம்!

"நீங்கள் ஓய்வு எடுத்துக்கொள்ள இன்னும் அதிக நாள் இல்லையே!" என்று அவரைக் கேலியாகக் கேட்டான் மூாய்னு; அதிக நாள் காத்திருக்க வேண்டியதில்லை. ஹே!

தோள்பட்டைகளை உலுக்கினார் அவர், பதில் எதுவும் சொல்லாமல் தலைத் தொப்பியின் வாருக்கடியில் தபால் முத்திரையை வைத்துக்கொண்டு, எட்டிக் கால் எடுத்து வைத்து, தம் அறைக்குள் போனார்.

நேரே விளக்குகள் வைக்கும் அறைக்குள் ப்ளமார்ட்டைத் தேடிக்கொண்டு போனான் மூாய்னு. மேலெல்லாம் வேர்வை வழிந்தோட, ஒரு சுங்கானைப் புகைத்துக்கொண்டு உட்கார்ந்திருந்தான் ப்ளமார்ட்.

"அந்தப் பாதையிலே வருவதற்குள் உஷ்ணத்தால் உயிரே போய்விடும்போல இருக்கிறது," என்றான் மூாய்னு.

இதற்குப் பதில் எதுவும் சொல்லாமல் ஒரு கோப்பையில் மதுவை ஊற்றித் தந்தான் ப்ளமார்ட்.

"அவளைப் பார்த்தாயா? அவளுடன் பேசினாயா?"

மூாய்னு பிடரியைத் துடைத்துக்கொண்டான். உட்கார்ந்தான் குளுமையாக இருந்த மதுக் கிண்ணத்தைக் கையில் எடுத்துக் கொண்டான். ஜோக்காகத்தான் இருந்தது. மாடம் ப்ளமார்ட் சொன்ன விஷயம் ஞாபகம் வந்தது அவனுக்கு. அதுவும் ஜோக்காகத்தான் இருந்தது. அந்த ராட்சசனைப் பார்ப்பதே ஆனந்தமாக இருந்தது.

"பார்த்தேன். பேசிக்கொண்டிருந்தோம்... ஒருவிதத்தில் சொல்லப் போனால் அவளை நீ குற்றம் சொல்வதில் காரணமில்லை... யோசித்துப் பார்த்தால் அது உனக்கே தெரியும்."

ஜல்லிக்கட்டு மைதானத்தில் மூச்சுவிடுமே காளைகள், அதுபோல மூச்சுவிட்டான் ப்ளமார்ட். அவன் உடைகள் வேர்வையால் அவன் உடலுடன் ஒட்டிக்கொண்டிருந்தன, இருமலால் அவஸ்தைப் படுகிறவனின் மார்பு போல அவன் மார்பு விம்மி விம்மி வடிந்தது. கை முஷ்டிகளை உயர்த்திக்கொண்டு, முன்னால் சாய்ந்து, மூாய்னுவின் முகத்துக்கு அருகில் தன் முகத்தைக் கொணர்ந்து வைத்துக்கொண்டு சொன்னான்.

"முட்டாள்! அவளை நான் குற்றம் சாட்டவில்லை... அதற்காக அவள் பிறருடன் சல்லாபிப்பதை எண்ணி நான் துயரப்படாமல் இருக்க முடியுமா, சொல்லு."

இரண்டுபேரும் ஒருவரை ஒருவர் உறுத்துப் பார்த்துக் கொண்டனர். பிறகு இருவரும் பகற்கனவுகளில் முழுகிவிட்டனர்.

கடைசியாக முத்தாய்ப்பு வைக்கிற மாதிரி மூாய்னு, "பணம் என்றால் பணந்தானே!" என்றான்.

அடுத்த அறையில், டிக்கட்டு கொடுக்கிற ஜன்னலை மூடிவிட்டு, ஸ்டேஷன் மாஸ்டர் காலை விரித்துக்கொண்டே தரையைக் கவனித்தார்.

ஆமாம். இன்னும் இரண்டு மாதங்களில் அவர் ரிடையராக வேண்டும். இந்த நாற்காலியில் வேறு ஒருவர் வந்து உட்கார்ந்துவிடுவார். கணக்குப் பார்ப்பார் அவர். ஸ்டேஷன் மாஸ்டரின் மற்ற கடமைகளையும் அவர் செய்யத் தொடங்கி விடுவார். தான் எங்கே போவது என்பதுதான் பிரச்னை.

ரெயில்வே கம்பெனியின் உடுப்புகளை அவர் முப்பது வருஷங்களுக்கு அதிகமாக அணிந்துகொண்டிருந்திருக்கிறார். முப்பது வருஷ உத்தியோகத்தில் ஒரு சிறு தவறுகூட அவர் செய்ததில்லை. இப்போது ரிடையராக வேண்டும். சாவு போல, ஓய்வும் வந்துவிடும்; வர இருந்தது.

வாழ்க்கை நடந்து முடிந்துவிட்டது. எதிர்காலம் என்று எதுவும் இல்லை. பிரமாதமான வாழ்க்கையல்ல. எனினும் அதில் தவறு, பிழை எதுவும் நேர்ந்துவிடாமல் அவர் பார்த்துக் கொண்டுவிட்டார். வேலையைச் சரிவரச் செய்தோம் என்கிற திருப்தி உள்ளவர் அவர். மனிதர்களைப் பாதிக்கிற கெட்ட பழக்கங்கள் எதற்கும் அவர் இடம் தந்ததே கிடையாது. அவர் புகைபிடித்ததில்லை; பெண்களைத்

தேடி அலைந்ததில்லை. கல்யாணங் கூடச் செய்து கொள்ளவில்லை அவர். ஸ்டேஷன் மாஸ்டரின் கடமைகளைச் சரிவரச் செய்வதைத் தவிர வேறு எதையும் அவர் செய்யவில்லை. பலவீனம் எதற்குமே அவர் இடம் தந்ததில்லை. வாசகசாலை, தபால் முத்திரைகள் சேர்ப்பது இரண்டும்தான் அவர் பொழுதுபோக்குகள். ரெயில் வண்டிகள் எதுவும் வராத நேரத்தில் ஸ்டாம்புகள் ஆல்பத்தைப் புரட்டுவார். அல்லது பழைய புத்தகங்களைப் புரட்டுவார். லட்சிய ஸ்டேஷன் மாஸ்டராக இருப்பது என்கிற ஒரே லட்சியத்துடன் அவர் எல்லாவற்றையுமே தியாகம் செய்யத் துணிந்துவிட்டார். வேலையைச் சரிவரச் செய்தோம் என்கிற திருப்தி மட்டும் இந்தச் சமயத்தில் போதுமானதாகத் தோன்றவில்லை அவருக்கு.

மணி அடித்தது. 209-ஆம் நம்பர் வண்டி வந்து கொண்டிருந்தது என்று அறிவிக்கும் மணி அது. குல்லாயைத் தலையில் மாட்டிக்கொண்டு பிளாட்பாரத்திற்குள் போனார் அவர். செய்வதற்கு மட்டும் ஏதாவது இருந்து கொண்டே இருந்தால் போதும். ஆனால் இந்த லட்சிய ஸ்டேஷன் மாஸ்டரின் பிளாட்பாரத்தில் யாரும் இறங்குவதும் கிடையாது; டிக்கட் வாங்கிக் கொண்டு ரெயிலில் ஏறுவதும் கிடையாது. பாவம்!

தான் உட்கார்ந்திருந்த இடத்திலிருந்து பூாய்னு புகையடர்ந்த கண்ணாடி ஜன்னல்கள் வழியாக ஸ்டேஷன் மாஸ்டரைக் கவனித்தான். அவன் கண்களில் குறும்புத்தனமான ஒரு பார்வை சிறிது நேரம் குடிபுகுந்தது.

ஒரு பதினைந்து நாட்களுக்கு முன் பெடிட்ஜர்னல் என்கிற பத்திரிகைக்கு அந்தக் கிழட்டு ஸ்டேஷன் மாஸ்டர் எழுதி அனுப்பிய விளம்பரம் அவனுக்கு ஞாபகம் வந்தது.

"கனவான். நடுத்தர வயது. கொஞ்சம் ரொக்கம் கையிருப்பு உண்டு, கொஞ்சம் பென்ஷனும் உண்டு. அன்புள்ளவள், விதவையோ, வயதாகாத ஸ்திரீயோ தேவை கல்யாணம் செய்துகொள்ள உத்தேசம் உண்டு. வீட்டு வேலை தெரிந்தவளாக இருக்க வேண்டும். அன்பும் ஆதரவும் உள்ளவளாக வேண்டும். நம்பகமானவளாக இருக்க வேண்டும். உடனே, ரகசியமாக, பெட்டி 349-க்கு எழுதவும்."

17

பூாய்னு ஸ்டேஷனை விட்டு வெளியேறினான்.

ஏன் செய்யக் கூடாது அவன்? தெருவில் ஒரு காலும், சைக்கிளில் ஒரு காலுமாக, ஏன் காட்டுக்குள் போய் வரக்கூடாது. யார் தடுக்க முடியும் என்னை என்று தன்னையே கேட்டுக்கொண்டான். சைக்கிள் ஓடத் தொடங்கும்போது அவன் ஒரு தீர்மானத்துக்கு வந்துவிட்டான்.

பிலிபெர்ட் உருவத்தில் சிறியவள் சற்றுக் கறுப்புத்தான்! மிடி பிரதேசத்திலிருந்து ஒரு போர் வீரனால் மாய்ப்பறுவுக்குக் கொண்டுவரப்பட்டவள், மெலிந்தவள். அப்படி ஒன்றும் அழகியல்ல; ஆடு மாதிரி இருப்பாள். தலையில் எந்தக் காலத்திலும் அந்தச் சிவப்புத் துண்டைக் கட்டிக்கொண்டு காலில் எதுவுமில்லாமல் சுள்ளி பொறுக்கிக் கொண்டிருப்பாள்

அவளைக் கொணர்ந்த போர் வீரன் திடீரென்று இரண்டு வருஷங்களுக்குமுன் இறந்துவிட்டான். மிகவும் ஏழையாகத் தன் இரண்டு பெண்களுடன் அவள் வசித்து வந்தாள். எங்கேயாவது வேலைக்குப் போகலாம் என்றால், குழந்தைகள் மிகவும் சின்னக் குழந்தைகளாதலால்; அவற்றைத் தனியாக விட்டுச் செல்ல முடியாது. நகரின் புறம்போக்கிலே மண்குடிசை போட்டுக் கொண்டு வசித்துவந்தாள். கிடைத்தால் திருடிக்கொள்வாள். இல்லாவிட்டால் கெஞ்சிக் கேட்டு வாங்கித் தருமத்தால் வாழ்வாள். மாலை நேரங்களில் அவள் தனியாகவே சுள்ளி

பொறுக்கிக்கொண்டு காட்டில் திரிவாள். குழந்தைகளைக் கட்டிலில் கட்டிப் போட்டுவிட்டுக் காட்டுக்குப் போவாள்.

மூாய்னுக்கு இஷ்டப்பட்ட போதெல்லாம் அவளைக் கூப்பிட்டுக் கொள்ள முடியும். அவள் எப்போதுமே அவனை அதிகநேரம் காக்க வைக்க மாட்டாள். வேட்டைப் பாட்டு ஒன்றை ஊதிக் கொண்டே போனான் மூாய்னு. காட்டில் அடர்ந்த பிரதேசத்துக்கு அவனைத் தொடர்ந்து, முகத்தில் புன்சிரிப்புக்கூட இல்லாமல் வந்தாள் பிலிபெர்ட், அவளுக்கு இஷ்டமில்லாத காரியங்களைக்கூடச் செய்ய வேண்டும் என்று கட்டாயப்படுத்துவான் மூாய்னு. அவனிஷ்டப்படி அவள் ஆடாவிட்டால் அவளைக் குடிசையை விட்டுத் துரத்தச் சொல்லிவிட மாட்டானா மூாய்னு? மேயர்தான் நண்பரல்லவா?? அதுமட்டுமல்ல; ஒவ்வொரு தடவையும் ஒரு காசு அல்லது இரண்டு காசாவது கொடுக்காமல் போய்விடமாட்டான் அவன், சுலபத்தில் சம்பாதித்துவிடக் கூடிய அந்தக் காசு இரண்டு நாள் ரொட்டிக்கு ஆகுமே! இப்படிச் சம்பாதிப்பது அதிகநாள் நடக்காது; ஆனால் சம்பாதிப்பதை வைத்துக்கொண்டு தன் ஊராகிய ரோபேன் போய்விட வேண்டுமென்று அவள் விரும்பினாள். மாய்ப்பறு மனிதர் மாதிரியல்ல ரோபேன் மனிதர்கள். அதில் சந்தேகமே இல்லை.

மலை உச்சியிலிருந்து பார்க்கும்போதே அவர்கள் மூவரும், ஆற்றின் கரையிலே, ஒருவர் பக்கத்தில் ஒருவராக உட்கார்ந்திருப்பது தெரிந்தது. மூவரும் உதவாக்கரைகள். மேயர் தன்னுடைய பிரசங்கங்களில் அவர்களை “நம் ஊர் வீரர்கள்” என்று குறிப்பிடுவதுதான் பழக்கம். அவர்கள் பெயர் பாஸ்கலான், டுல்லே, ஹூஸ்தின் என்பதாகும்.

மூாய்னு பாலத்தின்மேல் சைக்கிளை விட்டு விட்டு, மௌனமாகப் போய் அவர்களை அணுகினான். கரையிலே உட்கார்ந்துகொண்டு மீன் பிடித்துக்கொண்டிருந்தார்கள் அவர்கள். எப்போதும் சண்டை போட்டுக்கொண்டேதான் இருப்பார்கள் எனினும் அவர்கள் பிரிவது கிடையாது. மூவரும் சேர்ந்தேதான் இருப்பார்கள். எங்கும் சேர்ந்தே போவார்கள், வருவார்கள்.

பாஸ்கலான் என்பவன் நொண்டி. நகர சபையில் பென்ஷன் வாங்கிய அந்த மூவரில் அவனைத்தான் சுறுசுறுப்பானவன் என்று சொல்லவேண்டும். சக்கிலி அவன். அதற்குப்பின் சவக்குழி

தோண்டுபவனாகவும் வேலை பார்த்திருக்கிறான். யுத்தத்திற்குப் போய்க் கலந்துகொண்டு சில மாதங்களுக்குள்ளாகவே காலை ஒடித்துக்கொண்டு வந்துவிட்டான். நகர சபை அவனைப் பாராட்டத் தயார் செய்து கொண்டிருக்கும்போதே, அவன் கல்லறைத் தோட்டத்தையும், அதில் அதிகாரிக்குள்ள வீட்டையும் தன்னுடையதாக்கிக்கொண்டு விட்டான். அவனுக்கு எதிரிகளான யுத்த விதவைகள் மூவரும், அந்தத் தனி வீட்டில் சொல்ல முடியாத காரியங்களெல்லாம் நடக்கின்றன என்று வம்பு பேசினார்கள். இந்த வம்பையெல்லாம் அவன் லட்சியமே செய்யவில்லை. சிரித்துச் சமாளித்துக் கொண்டான். பகல் வேளைகளில் சில சமயம், மனமிருந்தால் அவன் கோயிலுக்குப் பக்கத்தில் உட்கார்ந்து சக்கிலி வேலையும் செய்வான். பெண்களைத் துரத்திக் கொண்டு போகிற நேரங்களிலும், குடிக்கத் தேவை ஏற்படும் போதும் கையில் காசில்லாவிட்டால் என்ன செய்வது? ஏதாவது சம்பாதித்துத்தானே ஆகவேண்டும் உருவத்தில் சிறியவன்; அவன் தலை பூராவும் வழுக்கை. ஆலயத்திற்குப் பக்கத்திலோ, அல்லது கல்லறைத் தோட்டத்திலோ அவனைக் காணவில்லை என்றால், நிச்சயமாக ஓட்டலில் இருப்பான் என்று நம்பலாம். “குடி ஏதாவது கிடைக்குமா?” என்று கேட்டுக்கொண்டு அவன் அணுகி வரும்போது எதுவும் வாங்கித் தரமாட்டேன் என்று யாராலும் திடமாக மறுத்துவிட முடியாது.

டுல்லெக்கு வலது கை போய்விட்டது. மீன் பிடிக்கிற காரியத்தில் கையில்லாதது அவனை அதிகமாகப் பாதிக்கவில்லை. ஆனால் அவனால் எந்த வேலையும் செய்யமுடியாது என்பது நிச்சயம். அவன் தேசமும் அவன் சகோதரியும் மாடம் பாஸ்ஸே, ஹோட்டல் முதலாளி பாஸ்ஸேயின் பெண்டாட்டி அவன் சகோதரி. அவனைக் காப்பாற்றி வந்தார்கள். ஹோட்டலிலேதான் அவன் வசித்தான். பகல் பன்னிரண்டு மணிக்கு எழுந்திருப்பான். வியாபார விஷயங்களைப் பற்றித் தீவிரமாகப் படித்துக்கொள்வான். ஞாயிற்றுக் கிழமைகளில் அவன் ஹோட்டலில் வேலை செய்வதாகச் சில சமயம் பாசாங்கு செய்வான். பாட்டு யந்திரத்தில் காசு போடுவதற்குக் கொடுத்தால், போட்டு அதைப் பாட வைப்பான். அதில் இரண்டு காசு தானே எடுத்துக் கொண்டும் விடுவான். சர்க்கார் கொடுத்த பென்ஷனை அவன் பங்குகள் வாங்க உபயோகித்தான்.

மூன்றாவது வீரன், ஹஸ்தின், யுத்தத்தில் விஷவாயுவுக்குப்

பலியானவன். அவர்கள் மூவரில் அவன் பணக்காரன். ஏனென்றால் அவனுக்குச் சொத்து இருந்தது. சர்க்கார் மருத்துவ அதிகாரிகளுக்கு முன் இருமி இருமிப் பழகினவனுக்கு இருமல் பழக்கம் நிரந்தரமாகவே நிலைத்துவிட்டது என்று யுத்த விதவைகள் மூவரும் ஏகமனதாக அபிப்பிராயப்பட்டார்கள். குழிந்த மார்பும், இருமலும் அவனை நோயாளியாகக் காட்டின எனினும் அவன் சாதாரணமாக நல்ல பருமனும் உயரமும் இருந்தான். யுத்த சமயத்தில், வீட்டிலுள்ளதையெல்லாம் சுருட்டிக்கொண்டு அவன் மனைவி எங்கேயோ ஓடிவிட்டாள். அவன் நாய், கரிபால்டியைத் தவிர, அவனை வீட்டில் வரவேற்க யாரும் இல்லை. தாடியும் மீசையும் தலைமயிரும் எப்போதும் அலங்கோலமாக, வெட்ட வேண்டிய அவசியத்துடன்தான் இருக்கும். யசமானுக்கு மட்டுமின்றி அவன் நாய்க்கும் அப்படித்தான். ஒரு சர்க்கஸில் பழகிய நாய் அது. சில சமயம் அதை வேடிக்கைகள் செய்யச் சொல்லிக் காட்டிக் காசு வசூலித்துவிடுவான் ஹூஸ்தின்.

வயல்வெளிகளில் குளுமையான குழகுழவென்று சேறு நாற்றம் அடித்தது. நாணல்களைச் சலசலக்க வைத்துக்கொண்டு, ஆறு தெளிவாகவும் வேகமாகவும் ஓடிற்று. கரையிலிருந்த பசும்புல்லை, சீப்பு தலைமயிரை வாருவது போல, வாரிப் படிய வைத்துக்கொண்டே ஆறு ஓடிற்று.

“மீன்கள் மட்டும்...”

“வாயை மூடி....” என்றான் டுல்லே.

“கொசுக்கள் மாதிரி தூண்டிலைக் கடித்தால்” என்று சொல்லவந்ததை முடித்தான் பாஸ்கலான்

சற்று ஒதுங்கி உட்கார்ந்திருந்தான் ஹூஸ்தின் அந்த இடத்திலேயே மிகவும் சேறான அசுத்தமான பிரதேசத்தைப் பார்த்துத் தேர்ந்து அங்கேயே உட்கார்ந்திருந்தான் அவன். கால்களைச் சேற்றில் ஆழப் புதைத்துக்கொண்டு உட்கார்ந்தான், தூங்கி வழிந்துகொண்டே. கரிபால்டி விழித்துக் கொண்டு பக்கத்தில் தூண்டிலைப் பார்த்துக் கொண்டே படுத்திருந்தது.

ஆறு ஓடுவதை நின்று பார்த்தான் மூாய்னு. காதைச் சுற்றிப் பறந்த கொசுப் படலத்தை அவன் லட்சியம் செய்யவில்லை.

பழுத்து அழுகிவிட்ட பற்கள் தெரிய, “குடி ஏதாவது கிடைக்குமோ?” என்று மூாய்னுவைக் கேட்டான் பாஸ்கலான்.

18

மேயரின் வீட்டை அடைந்தான் மூாய்னு. முதல் மாடியில் திறந்திருந்த ஜன்னல் வழியாக ஓர் உடைந்த பியானோவில் சிறிய வரிசைகளை யாரோ வாசிக்கிற சப்தம் தெருவை எட்டிற்று.

வெளிக் கதவண்டை இருந்த மணியை அடித்தான் மூாய்னு. உடனேயே பியானோ வாசிப்பு நின்றுவிட்டது ஜன்னலில் மாம்ஸெல் அர்ணால்டன் தோன்றினாள். இன்னும் முப்பது வயதாகாத அவள் கிழட்டுக் கன்னியின் தோற்றம் பெற்றுவிட்டாள். அதற்குள்ளாகவே! தபால்காரனைப் பார்த்து, ஏதோ இன்பமான செய்திகொண்டு வந்திருப்பவள் போல, ஒரு புன்சிரிப்புச் சிரித்தாள்.

“குட்மார்னிங், மெஸ்ஸியர் மூாய்னு. கீழே வருகிறேன்.”

கல்யாணம் செய்துகொண்டு சில வருஷங்களுக்குள்ளாகவே மெஸ்ஸியர் அர்ணால்டன் தம் மனைவியைப் பறிகொடுத்துவிட்டார். ஆனால் அவர் மறு விவாகம் பண்ணிக்கொள்ளவில்லை. மேரிழீன் அவருடைய இரண்டாவது பெண். அவள் எப்போதுமே அப்பாரிடந்தான் இருந்துவருகிறாள்

அதிருஷ்டக்காரர்கள் என்று மாய்ப்பறு நினைக்கிற கோஷ்டியைச் சேர்ந்தவர்கள் மேயரின் இரண்டு பெண்களும், எதுவும் இல்லாதிருக்க வேண்டிய அவசியமே அவர்களுக்கு நேர்ந்ததில்லை.

இளவயதிலேயே வில்லிகிராண்டு நகரிலே அவர்கள் வசித்தார்கள். ஒரு வாழ்நாளுக்குப் போதுமான, தாங்கக்கூடிய கல்வியை அவர்கள் அடிநாட்களிலேயே கற்றுக்கொண்டுவிட்டார்கள். வாலிபத்தில் மாய்ப்பறு திரும்பிய அவர்கள், தக்க கணவன்மார்களுக்காக உட்கார்ந்து காத்துக் கொண்டிருந்தார்கள். அத்தை நியோமிதான் அவர்களுக்கு வீட்டில் துணை. நிஷ்களங்கமான, அமைதியான அவர்கள் வாழ்க்கை நம்பிக்கை தருவதாக இருந்தது.

வருஷங்கள் பல சென்றன. கடைசியில் தெரஸே என்கிற மூத்த மகள் தன் தகப்பனின் வயதினனான ஒரு பணக்காரக் குடியானவனைக் கல்யாணம் செய்து கொண்டாள். அவன் பெண்டிழந்தவன்; தெரஸே வயதில் அவனுக்கே ஒரு பெண் இருந்தது. கணவனோ குழந்தைகளோ இல்லாமல் கிழட்டுக் கன்னியாகிவிடக் கூடாது என்று பயந்துதான், அந்தக் கணவனைத் தெரஸே ஏற்றுக்கொண்டாள் என்று சொல்லவேண்டும் எனினும் அவள் அதை ஒப்புக்கொள்ளவேமாட்டாள். வாழ்க்கை குடியானவனுடன் சிறப்பாகவே நடந்தது. பொறாமைப்பட வேண்டிய விஷயந்தான் அது. காலை முதல் இரவுவரை அங்கு வேலை இருந்து கொண்டே இருக்கும். தெரஸேயைப் பற்றிய வரையில் அவளுக்கு ஒரே ஒரு குறைதான் இருந்தது. கிழட்டுக் கணவனால் தனக்கு எதுவும் குழந்தைகள் உண்டாகாதே என்கிற கவலைதான் அவளுக்குப் பெரிதாக இருந்தது. மாற்றாள் பெண்ணின் பொறாமை சில்விஷமங்கள் இவற்றை எல்லாம் அவள் பொருட்படுத்துவது கிடையாது.

தன் அக்காளின் சமர்த்து வழியைப் பின்பற்றவில்லை மேரிபீன், கல்யாணம் என்பதையே மறந்துவிட்டு, கிழட்டுக் கன்னியாகவே காலங்கழிக்க அவள் தயாராகிவிட்டாள். கிழட்டுக் கன்னிகளுக்கே இருக்கக்கூடிய ஒரு சுயநலமும் பிடிவாதமும் அவளுக்குப் பூரணமாக இருந்தன. தகப்பனாருடன் அவள் நடுத்தர வயதை எட்டிக்கொண்டிருந்தாள். பிடிவாதக்காரி என்று ஊரார் அவளைச் சொன்னார்கள். எது வேண்டுமானாலும் அதை அடைந்துவிட்டுத் தான் மறு காரியம் பார்ப்பாள் அவள். இந்தச் சங்கீத விஷயம் அப்படித்தான். அவளுக்குச் சங்கீதத்தில் ஆசை. ஆனால் வெளியே பகிரங்கமாகச் சங்கீதம் என்று நாடிப் போனால், அப்பாவுடைய அரசியல் கட்சி ஸ்தானம் வெலவெலத்துவிடும். அதற்காகச் சொந்தத்தில் ஓர் ஓட்டைப் பியானோவை வாங்கி அதில் சிறு

வரிசைகளை ஏதோ சுமாராக வாசிக்கக் கற்றுக் கொண்டிருந்தாள். எத்தனையோ நாளாகப் பட்டும் பழுக்காவும் தூசியும் போட்டு மூடி மாடம் மாஸ்ஸோவின் வீட்டிலே கிடந்த பியானோ அது. அதன் குரல்களில் பல இப்போது, ஒலிப்பதே இல்லை. வயசு அதிகமாகிவிட்டது அதற்கு. ஆனால் சில சாவிகளைத் தட்டினால் சீனத்துப் பஜனை கீதம் மாதிரி ஒலி எழுப்பிற்று அது. வில்லிகிராண்டிலிருந்து வந்த பியானோ ரிபேர்க்காரன் குருடு. அவன் எப்படியோ அந்தப் பியானோவை ஓரளவு சரிப்படுத்தித் தந்துவிட்டான். இரண்டு வாரத்துக்கு ஒருதரம் அவன் வந்து மேரிழீனுக்குப் பியானோ பாடமும் சொல்லித் தந்தான். பாட்டுப் பாடம் நடப்பதற்கு முந்திய நாள் இரவு அவளால் தூங்கவே முடியாது. அப்படி ஆசை அவளுக்குப் பாட்டுக் கற்றுக் கொள்வதிலே. இரவு தூங்காமல், கண்கள் சிவந்து சோர அவள் தன் பாட்டுப் பாடத்துக்குத் தயார் செய்து கொள்வாள். தவறு செய்யாத கௌரவமான பெண்தான் மேரிழீன். ஆனால், அவள் தனக்குப் பிடித்த இன்பங்களைப் பூரணமாகவே நுகரத் துணிந்தவள்தான்

கீழ்த்தளத்தில் ஒரே ஓர் அறையை மட்டும் தன் உபயோகத்துக்கென்று வைத்துக் கொண்டிருந்தார் அர்ணால்டன். சாப்பாட்டு அறைதான் அவர் அறை. வோட்டர்களைச் சரிக்கட்டிச் சமாளிக்கச் செலவிடும் நேரம் தவிர மற்ற எல்லா நேரத்தையும் அவர் அங்கு, அந்தச் சாப்பாட்டு அறையிலேயே கழித்து விடுவார். அவர் முன்னுள்ள மேஜை என்றைக்குமே பூராவும் சுத்தம் செய்யப்பட்டது கிடையாது. வெண்ணெய்க் கிண்ணங்கள், ரொட்டித் தட்டுகள், அலம்பாத பாத்திரங்கள் இவற்றுடன் அவர் காரியாலயக் காகிதங்களும் அங்கே அந்த மேஜைமேல் கிடக்கும். மெலிந்தவர்தான். எனினும் அவரைவிட அதிகமாகச் சாப்பிடுகிறவர் அந்தப் பிராந்தியத்திலேயே கிடையாது என்று சொல்லலாம். சாப்பிடாமல் இரண்டு மணி நேரம் சேர்ந்தாற்போல அவரால் இருக்கவே முடியாது. மாடியிலிருந்த தம் பெண்ணைக் கூப்பிட்டு, தினம் குறைந்தபட்சம் பத்துத் தடவைகளாவது, “மேரிழீன், எனக்குப் பசிக்கிறதே!” என்று கூவுவார்.

மேரிழீனுக்கு இது பழக்கமாகிவிட்டது. கூப்பிட்டதும், இரண்டு முட்டைகளையோ, சூப்பையோ, இறைச்சியையோ, பக்குவப்படுத்திக் கொணர்ந்து தருவாள்

இதெல்லாம் சில்லறைத் தீனிகள். சாப்பாட்டுச் சமயத்தில் அவர் சாப்பிடுவதைப் பார்க்கவேண்டும். சாப்பாட்டின் சிகரத்தை அந்த நேரங்களில் எட்டி விடுவார் மாய்ப்பறுவின் மேயர். எத்தனை சாப்பிட்டால் என்ன? சாப்பிட்டு முடித்தபின் அவர் முகம் சிவக்காது நாலுபேர் சாப்பிடுவதைச் சாப்பிட்டு விட்டு, ஒரு பெரிய கிண்ணம் காபி, அதற்குமேல் இரண்டு கோப்பை பிராந்தியையும் விட்டுக் கட்டிவிட்டு, சுருட்டைப் பற்ற வைத்துக்கொண்டு, கக்கூசுக்குப் போய்விட்டு வந்து, காரியங்களைக் கவனிப்பார் அவர்.

மூாய்னு உள்ளே வந்ததும் கையிலிருந்த காகிதத்தைக் கீழே வைத்துவிட்டு மேயர் நிமிர்ந்து பார்த்தார்.

"ஹா மூாய்னு... வா... உன்னைத்தான் நான் நினைத்தேன்." (யாருடனும் ஆதரவாகப் பேச வேண்டும் என்கிற நினைப்புடையவர் மேயர்.) "உன் பையையும் எடுத்துக்கொண்டு என்னுடன் வா. கிழவன் பகோவை அவன் மக்கள் சிறைபடுத்தி அடைத்து வைத்திருக்கிறார்கள் என்று போலீசுக்குத் தகவல் கிடைத்திருக்கிறது. இப்போது போய் அதைப் பார்க்க வேண்டும் என்று ஸார்ஜெண்டு சொல்லிவிட்டுப் போனான்."

"அது எதாவது விளையாட்டுத் தகவலாக இருக்கும்" என்று சொல்லிக்கொண்டே தபால்காரன் உட்கார்ந்தான்.

உண்மையில் அந்தத் தகவலைப் போலீசுக்குத் தெரியப்படுத்தியது மூாய்னுதான். அதைச் சொல்லிக் கொள்வானேன்?

"என்ன விஷயம்? எதாவது விசேஷம் உண்டா? நீ சொல்லு மூாய்னு."

"இருக்கிறது..." என்று சொல்லித் தபால்காரன் பெரிதாக மூச்சுவிட்டான். மேயர் சற்று நேரம் காத்துக்கொண்டுதான் இருக்கட்டுமே! "நான் எதோ பழைய சமாசாரத்தையே சொல்வேன் என்பதாக நீங்கள் நினைக்கலாம். இருந்தாலும் அந்தப் போலீஸ்காரன் கப்பின் விஷயத்தில் நீங்கள் கொஞ்சம் ஜாக்கிரதையாக இருங்கள். உங்கள் எதிரியிடம் அவன் மிகவும் உறவாடுகிறான்.... எனக்குப் பிடிக்கவில்லை..."

மெஸ்ஸியர் அர்ணால்டன் தோளை உலுக்கினார். "ஏதாவது ருஜு தருகிறவரையில்..."

மேஜைமேலிருந்த புகையிலை ஜாடியை எடுத்து, ஒரு காகிதத்தில் புகையிலையைக் கொட்டி, அதை ஒரு சிகரெட்டாக உருட்டிக்கொண்டான், நிதானமாகவே தன் பையிலிருந்து ஒரு கடிதத்தை எடுத்து, "இதோ ருஜு" என்று கொடுத்தான்.

மெஸ்ஸியர் அர்ணால்டன் அந்தக் கடிதத்தை மனத்திற்குள்ளே படித்துக்கொண்டார்.

"மெஸ்ஸியர் கப்பின், போலீஸ்காரர்,

மாய்ப்பறு.

மெஸ்ஸியர் தி பீயல் தங்களுடைய ரகசியக் கடிதம் கிடைத்தது என்று தெரிவிக்கச் சொன்னார். அதிலுள்ள விஷயத்தைக் கவனித்துக் கொண்டோம். வருகிற தேர்தலில் இந்த 22-ஆம் தேதிக் கடிதம் அவருக்கு மிகவும் உபயோகமாக இருக்கும் என்று நம்புகிறார். நன்றியுடன் தம் வாழ்த்துக்களையும் என்மூலம் அனுப்புகிறார்.

தங்கள்

பேபர்

தேசீயக் கமிட்டியின் காரியதரிசி."

மூாய்னு ஓரக்கண்ணால் மேயரைப் பார்த்துக் கொண்டே உட்கார்ந்திருந்தான். பேஷ் என்று அவர் சொல்லுவார் என்று எதிர்பார்த்தான். ஆனால் அர்ணால்டன் ஒரு கட்சியின் ஒப்பற்ற தலைவர் அல்லவா? கடிதத்தை மேஜைமேல் போட்டுவிட்டு, கோபமாகவே சொன்னார்:

"இந்தக் கடிதத்தில் என்ன லாபம், மூாய்னு? நீ கப்பின் எழுதிய 22-ஆம் தேதிக் கடிதத்தைக் கொணர்ந்திருக்க வேண்டும்."

மூாய்னு பதறிவிடவில்லை. அமைதியாக இருந்தான்.

"பொறுமையாக இருங்கள், மிஸ்டர் மேயர் எதிர்க்கட்சியில் எனக்கு ஒரு நண்பன் இருக்கிறான். அந்தக் கடிதத்தை அவன் தேடி எடுத்துத் தந்து விடுவான்

இந்தத் தடவை மேயர் திருப்தியுடன் தலையை ஆட்டினார்.

மூாய்னு முன்னால் சாய்ந்துகொண்டு, மேஜை மேல் விளிம்பில்

கைவிரல்களை வைத்து அழுத்திக்கொண்டு சொன்னான், "அதுமட்டுமில்லை, மிஸ்டர் மேயர் என்னைப்பற்றியும் சிறிது யோசியுங்கள். நான் பணக்காரனில்லை."

"உனக்கு இதுவரை போதுமானது கொடுத்திருக்கிறேனே!"

"போதுமானதா? போன ஜூன் மாதத்திற்குப் பிறகு நீங்கள் ஒரு காசுகூட எனக்குக் கொடுக்கவில்லையே! நான் எத்தனை கஷ்டப்படவும் தயார். உங்களுக்குமே அது தெரியும். கட்சி நன்மைக்காக நான் பாடுபடத் தயார். கட்சி நன்மையையும், உங்கள் நன்மையையும் தவிர வேறு எதையும் கவனிக்க எனக்குப் பொழுதே கிடைப்பதில்லை. தோட்டத்தில் வேலை செய்யக்கூட எனக்கு நேரமில்லாது போய்விடுகிறது. கறிகாய் முதற்கொண்டு லாமெலி விலை கொடுத்துத்தான் வாங்க வேண்டியதாக இருக்கிறது. இப்போது எல்லாம் விலை ஏறிக் கிடப்பதுந்தான் உங்களுக்குத் தெரியுமே. மது வாங்க இப்போது என்னிடம் காசே இல்லை. அரைப் பீப்பாயாவது வாங்க எனக்குப் பணம்..."

அவன் பேசுவதைக் கவனித்துக்கொண்டே, நெற்றி மத்தியில் சுளுக்கம் விழ முகத்தைச் சுளித்துக்கொண்டு, புகையை விட்டுக் கொண்டு உட்கார்ந்திருந்தார் மேயர்.

மூாய்னு கடைசி ஆயுதத்தையும் உபயோகித்துவிடுவது என்று தீர்மானித்துவிட்டான்.

"நான் அதிகப் பணம் சம்பாதிக்க விரும்பினால் உடனேயே வேறு ஊருக்கு மாற்றிக்கொண்டு போய்விடலாம், மேயர் மாய்ப்பறுவை விட்டுப் போய்விட்டால் என்னால் கட்சிக்குப் பயன்பட முடியாதே என்று எண்ணித்தான் இங்கே தங்கியிருக்கிறேன். யாராவது எனக்கு உதவினால்தான் முடியும். என் கட்சியையும் சிறிது யோசித்துப் பாருங்கள். மேயர்!"

மெஸ்ஸியர் அர்ணால்டன் பின் எதுவும் சொல்லாமல் தம் பணப்பையை எடுத்தார். ஒரு நோட்டைப் பிரித்து மேஜைமீது தபால்காரன் முன் வைத்தார்.

மூாய்னு நிதானித்துக்கொண்டு, நன்றி சொல்வதற்கு நாலு விநாடி பிடித்தது. உண்மையில் நேரில் பணத்தைக் கண்டு நிதானித்துக்கொள்ளத் தபால்கரானுக்குச் சுலபத்தில் முடிவதில்லை. மற்ற எல்லாச் சந்தர்ப்பங்களையும் சாமர்த்தியமாகச் சமாளித்துக்

கொள்ளும் அந்தத் தபால்காரனுக்கு. நேரில் பணத்தைக் கண்டுவிட்டால் மட்டும் மூச்சுத் திணறும், பேச்சு வராது; திக்குமுக்காடிப் போவான். கைகால்களைக் கட்டிப் போட்ட மாதிரி பல நிமிஷம் இருக்கும்.

19

மாடம் "ஸிகாய்னே" என்று கூப்பிட்டான் மூாய்னு "மதகுருவாகப் போகிறவர் தகவல் எழுதியிருக்கிறார்."

அகஸ்டின் ஸிகாய்னே மதகுருப் பள்ளியில் படித்துக் கொண்டிருந்தேன்.

தன்னை அவமதிப்பதற்காகச் சொல்லப்பட்டவை அந்த வார்த்தைகள் என்று எண்ணியவள் போல உதட்டை மடித்துக் கொண்டு, பதில் ஒன்றும் சொல்லாமல் கடிதத்தை வாங்கிக் கொண்டாள் அவள்.

தபால்காரன் தன் குரலை மாற்றிக்கொண்டு சொன்னான்.

"உங்கள் மகனின் கையெழுத்துத்தான் எவ்வளவு அழகாக இருக்கிறது" என்றான்.

"அழகான கையெழுத்துத்தான்" என்று மாடம் கூடெட்டும், மாடம் டச்சும் ஒரே சமயத்தில் சொன்னார்கள்.

ஒவ்வொரு நாளும் காலையிலும் மாலையிலும் அவர்கள் இருவரும் மாடம் ஸிகாய்னேயின் வீட்டுக்கு வேலை செய்வதற்கு வந்துவிடுவார்கள். மூவரும் யுத்த விதவைகள். மூவருக்கும் சற்றேறக் குறைய ஒரே வயதுதான். சர்க்கார் செலவில் கல்வி பெற்றுக்கொண்டிருந்த மகன்கள் மூவருக்கும் உண்டு. இதைத்

தவிர அவர்கள் நட்புக்கு ஆதாரமான காரணங்கள் பலவும் உண்டு. கறுப்பு ஆடைகள், கோயிலிடம் பக்தி, வம்பு பேசும் ஆசை, விதவைகளாகாதவர்களிடம் அவர்களுக்கு இருந்த ஆத்திரம், யுத்தத்தில் சாகாமல் சோம்பேறிகளாக இருந்துவிட்ட மனிதர்களிடம் அவர்களுக்கு இருந்த ஆத்திரம், பென்ஷன் அதிகம் வேண்டும் என்று விண்ணப்பம் செய்துகொள்வது, தருமம் தரும சிந்தனைகள் என்று ரத்தத்தில் ஊறி அவர்களைப் பைத்தியங்களாக்கிக் கொண்டிருந்த ஒரு தத்துவம் எல்லாமே அவர்கள் இடையறாத நட்புக்கு ஆதாரங்களாக அமைந்திருந்தன.

ஒவ்வொரு நாளும் ஒன்பது அல்லது பத்து மணி நேரம் உட்கார்ந்து அவர்கள் படுதாப்பைகள் தைப்பார்கள். கையில் ரத்தம் கட்டிவிடும். அப்படித் தைத்த பைகளை வில்லிகிராண்டு நகரில் மொத்த வியாபாரிக்கு விற்றுவிடுவார்கள் சொற்ப விலைக்கு. அதை அவன் அதிக லாபத்துக்கு விற்பான். சாப்பிடுவதற்குப் போதுமானது இந்த விற்பனையால் மூன்று விதவைகளுக்குக் கிடைத்தது. மேயர் சிபாரிசு செய்து வாங்கிக் கொடுத்த வேலை அது: எப்படியாவது அது தவறிவிட்டால் என்ன பண்ணுவது என்று பயந்துகொண்டே வேலை செய்து வந்தார்கள் அவர்கள்.

மாடம் டச் பெரிய ஆகிருதியுள்ளவள் தோல் உரிந்த மாமிசம் போல இருந்தன அவள் கன்னங்கள். அவள் பள்ளியில் படித்து பாஸ் பண்ணியவள். நன்றாக எழுதுவாள், பேசுவாள். மருந்துகள் பற்றியும் அவளுக்குக் கொஞ்சம் தெரியும்; அதில் அவளுக்கு அளவுகடந்த பெருமை அவள் மகன் வில்லிகிராண்டில் ஒரு மருந்துக் கடையில் வேலை பார்த்தான் ஊரில் யாருக்காவது நோய் வந்துவிட்டால், அந்தப் படுக்கையைத் தேடி ஓடுவாள் மாடம் டச். அதுவும் ஆண் மகன் யாராவது படுத்துவிட்டால் உடனே ஓடுவாள் என்று ஊரார் சொல்வார்கள். படுத்தவன் பாடு சிரமந்தான்; அவனை நிர்வாணமாக்கி, உடம்பெல்லாம் தொட்டுத் தடவிப் பார்த்து, பற்றுப் போட்டு, மருந்து தடவி, உயிரை வாங்கிவிடுவாள் மாடம் டச். பக்தி சிரத்தையுடன் எல்லாவற்றையும் தன் கையாலேயே செய்வாள். அதுவும் சாகிற சமயத்தில் படுக்கை அருகில் உட்கார்ந்து பார்த்துக் கொண்டிருப்பதற்கு அவள் எப்போதும் தயார். இறந்தபின்னும் சவத்திற்குச் செய்யவேண்டிய சடங்குகளில் அவள் சமர்த்தி. புதுசாகக் கல்யாணமான தம்பதிகளைத் தேடிப்போய்

அவர்களுக்குப் புத்திமதி சொல்லுவாள். பிள்ளை பெற்றவர்களோ இல்லையோ அவர்களுடைய சகல காரியங்களையும் சிரத்தையுடன் எரிச்சலூட்டுகிற மாதிரி கவனித்துக்கொள்வாள் அவள். இந்த மாதிரி தம்பதிகளுக்கு உபயோகப்படுகிற சாமான்கள் பட்டியலைத் தனக்குத்தானே அனுப்பிக்கொள்வாள் அவள். அவற்றை மூாய்னு பார்த்துப் பார்த்து விஷயத்தை அறிந்துகொண்டுவிடுகிறான் என்பது அவளுக்குத் தெரியவே தெரியாது.

மாடம் கூடெட்தான் அவர்களில் மிகவும் சிறியவள். லியாண்டின் என்றுதான் அவளை எல்லாரும் கூப்பிடுவார்கள். அவள் ஒரு காலத்தில் அழகியாக இருந்தாள்; அதை என்றும் மறந்ததில்லை அவள். இப்போதும் முகத்தைச் சூரிய வெளிச்சம் படாமல் தான் வைத்துக்கொள்வாள் அவள். பலஹீனமான தன் பையனிடந்தான் அவளுக்கு உயிர். அவன் வில்லிகிராண்டில் தொழிற் பள்ளியில் படித்துக் கொண்டிருந்தான். லீவு நாட்களில் மாய்ப்பறுவுக்கு வந்தால் தன் சிறந்த ஆடைகளுடன் குறுக்கும் நெடுக்கும் போய்க்கொண்டிருப்பான். மகன் வருகிற நாட்களில் லியாண்டின் சாக்குப் பை வேலை செய்ய வரமாட்டாள். மற்ற பையன்களுடன் அவனை விளையாட விடமாட்டாள். நாவிதன் கடைக்குப் போனால்கூட அவளும் உடன் போவாள். கிறிஸ்துமஸ் சமயத்தில் அவனுக்கு உடம்புக்கு வந்துவிட்டது. அவனைப் பார்த்துக்கொள்வதாக மாடம் டச் எவ்வளவோ சொல்லியும், கிட்டக்கூட அனுமதிக்க மாட்டேன் என்று சொல்லிவிட்டாள் லியாண்டின். கொடுமையாக வஞ்சம் தீர்த்துக் கொண்டாள் மாடம் டச். தாயும் பிள்ளையும் தகாத முறையில் உறவு கொண்டிருக்கிறார்கள் என்று ஒரு வதந்தியைக் கிளப்பி விட்டாள். ஆனால் தாயார் அஞ்சாமல் தன் பிள்ளையை அவள் கெடுக்கப் பார்த்தாள் என்று வாதாடினாள்.

இந்த மூவரில் முக்கியமானவள் மாடம் ஸிகாய்னேதான். உயரமாக இருந்தாள். கழுத்தும் நீளமாக இருக்கவே, அவளைக் கொக்கு என்றுதான் எல்லாரும் சொல்லுவார்கள். அவள் முகத்தில் துயரம் குடியிருந்தது. ஆனால் நிமிர்ந்துதான் எல்லாரையும் பார்ப்பாள். அவள் அருகில் வரும்போதே வேர்வை நாற்றம் சகிக்க முடியாது. நான் விதவையானது முதல் இன்றுவரை சிரித்ததே கிடையாது என்று சொல்வது மாதிரி அவள் முகத்திலே ஒரு

பாவம் படர்ந்து கிடக்கும். முகம் இருண்டு கறுத்திருந்ததால் அவள் கண்கள் வெளிறிட்டுக் காட்டின. யாரையும் அவள் பார்க்கும் பார்வை காதலியின் பார்வை, போல இருக்கும். ஊரில் ஒவ்வொருவருக்கும் அவள் தன்னைக் காதலிக்கிறாள் என்கிற எண்ணம் தோன்றியதுண்டு. ஆலயத்துக் குருவுக்குக் கூட இந்த மாதிரி ஓர் எண்ணம் ஒரு சமயம் ஏற்பட்டதுண்டு. அவள் சுற்றி வளைத்துப் பேசுவாள். ஆண்கள் தன்னை எண்ணி மனத்தில் கெட்ட எண்ணங்களுடன் துரத்துகிறார்கள் என்கிற தோரணையில் பேசுவாள். திரும்பி யார் என்று அவளை யாராவது பார்த்துவிட்டால் போதும். தன்னைக் கையைப் பிடித்து இழுத்துவிட்டான் என்று குய்யோ முறையோ என்று கூச்சலிட்டு ஊரைக் கூட்டிவிடுவாள்.

மாடம் ஸிகாய்னேயின் வீட்டு வாசல் முற்றத்தைப் பழமையின் பலமான கோட்டைகளில் ஒன்று என்று சொல்லவேண்டும். ஆனால் மூாய்னு எப்போதும் அவர்கள் பேசுவதைக் கேட்டுக் கொண்டு சிறிது நேரம் நிற்பான். வம்புப் பேச்சு விஷயம் ஏதாவது கிடைக்காமல் போகாது.

மாடம் - டச் சொல்லிக்கொண்டிருந்தாள். "விடுமுறை நாட்களில் தனக்கு உதவி செய்வதற்கு அவள் பல சிறுக்கிகளை நகரிலிருந்து கொண்டு வந்து வைத்துக் கொள்கிறாளாமே?"

"வாடிக்கைக்காரர்கள் அதிகமாகிவிட்டால், என்னதான் பண்ணுவது?" என்றாள் மாடம் கூடெட்.

யாரைப்பற்றிப் பேசிக்கொண்டிருக்கிறார்கள் என்பதுதான் மூாய்னுவுக்குத் தெரியவில்லை. மாடம் டச் அவன் பக்கம் திரும்பிச் சொன்னாள்: "அவளைப் பற்றி மெஸ்ஸியர் மூாய்னு மனசு வைத்தால் நமக்கு நிறையச் சொல்ல முடியும்."

"யாரைப் பற்றி?"

"மாடம் ப்ளமார்ட்டைப் பற்றி!"

நரி வாயைத் திறப்பது போல வாயைத் திறந்தாள் மாடம் ஸிகாய்னே. பற்கள் தெரிய இளித்துக்கொண்டு, தான் வாசித்துக்கொண்டிருந்த கடிதத்திலிருந்து கண்களை எடுக்காமல், "அப்படிப்பட்டவளை முன் காலத்திலெல்லாம் தண்டித்தது போல, ஆலயத்தின் வாசலில்

நிறுத்திச் சாட்டையால் அடிக்க வேண்டும்” என்றாள்.

“சாட்டையை உபயோகிக்க நான் தயார்,” என்றான் மூாய்னு சிரித்துக்கொண்டே.

துப்பாக்கிகளைத் திருப்புவதுபோல அவர்கள் மூவரும் தங்கள் கண்களை அவன் மேல் திருப்பினார்கள்.

தெருவிலிருந்து ஏதோ ஒரு சந்தடி குறுக்கிட்டது. நாலைந்து குதிரை வீரர்கள் டாக் டாக்கென்று குதிரைகளைச் செலுத்திக்கொண்டு போவது காதில் விழுந்தது.

“போலீஸ் மாதிரி இருக்கிறது” என்றான் மூாய்னு. மனது வைத்தால் தன்னால் அதிகம் சொல்ல முடியும் அதுபற்றி என்று அவன் குறிப்பிடுவதுபோல இருந்தது. ஆனால் தன் பையைத் தூக்கித் தோளில் மாட்டிக்கொண்டு, அவசரமாக விடைபெற்றுக்கொண்டு கிளம்பினான்.

20

போலீஸ்காரர்களின் குதிரைகள் நகரசபை முன் கட்டப்பட்டிருந்தன. வெயிலில் களைத்த குதிரைகள் நின்றபடியே கண் மூடித் தூங்கிக் கொண்டிருந்தன.

காட்டுத் தீ போல ஊர் பூராவும் செய்தி பரவிவிட்டது. “பாக்கேக்களைக் கைது செய்யப் போகிறார்கள்” என்று.

வெள்ளை வீட்டிற்குள் நடந்தது என்ன என்பது யாருக்கும் தெரியாது. பரம ரகசியம் அது. கதவைத் தாண்டி மூய்னுகூட அந்த வீட்டிற்குள் போனதில்லை. பாக்கே வளர்த்த இரண்டு நாய்களும் யாரும் உள்ளே வந்துவிடாது பார்த்துக்கொண்டுவிடும்.

கிழவன் பாக்கேயின் சொந்தச் சொத்து அது. ஒரு காலத்தில் மாய்ப்பறுவில் அவனைப்பற்றி எல்லாருக்கும் நன்கு தெரியும். யுத்தத்தில் அவனுடைய மூத்த பிள்ளைகள் இருவரும் உயிரிழந்துவிட்டார்கள். பிறகு அவன் மனைவியும் இறந்துவிட்டாள். எஞ்சியது ஒரு பிள்ளையும் ஒரு பெண்ணும். அவனைச் சீனாக்காரன் என்றுதான் ஊரார் குறிப்பிடுவார்கள். பிள்ளைக்கு வயது இப்போது இருபத்தேழு, இருபத்தெட்டு இருக்கும். பெண்ணுக்கு வயது இரண்டு மூன்று கம்மியாக இருக்கும். சில சமயம் அவர்கள் வாயிலில் வேலை செய்துகொண்டிருக்கும்போது

ஊரார் கண்ணில் படுவார்கள். மற்றபடி அவர்களை வெளியே பார்ப்பதே அரிது. நாலைந்து வருஷங்களுக்கு முன் மாரிக்காலத்தில் ஓர் இரவில் அந்தப் பெண் ஒரு பிள்ளையைப் பெற்றெடுத்தாள் தகப்பன் பெயர் தெரியாது என்று குழந்தைப் பிறப்பு ரிஜிஸ்டாரில் குறிப்பிட்டிருந்தார்கள். கிழவன் பாக்கேயை ஊரார் பார்த்தே பல வருஷங்களாகின்றன. அவனைப்பற்றி, அன்று சாயங்காலம் வரையில், ஊரில் யாருக்கும் ஞாபகம் இல்லை என்றுகூடச் சொல்லலாம். ஆனால் இத்தனை போலீஸ்காரர்களைச் சேர்ந்தாற்போலப் பார்த்ததும் ஊராருக்கு அந்தக் குடும்பத்தைப்பற்றி எல்லா விஷயங்களும் ஞாபகம் வந்தன. கிழவனை அடித்துக் கொன்று விட்டார்களோ பெண்ணும் பிள்ளையும்? அப்படித்தான் இருக்கும். உடலை என்ன செய்தார்கள்? வயலில் புதைத்தார்களா? கணப்பில் போட்டு எரித்துவிட்டார்களா?

பெரிய ஊர்வலந்தான் அது.

சார்ஜண்டும் அவன் போலீஸ்காரர்கள் இருவரும் முதலில் வந்தார்கள். தொடர்ந்து மேயரும் மெஸ்ஸியர் எண்பெர்க்கும் வந்தார்கள். கிராமப் போலீஸ்காரனும் தபால்காரனும் அவர்களுக்குப் பின்னால் வந்தார்கள் பிறகு சிறிது தூரம் விட்டு ஊரார் வந்தார்கள். கட்சி எதிர்க் கட்சி, சிநேகிதன் விரோதி என்கிற எண்ணமேயில்லாமல் எல்லாரும் ஒன்றாக வந்தார்கள். ஹஸ்தின், டுல்லே, பாஸ்கலான், பாஸ்ஸேயும் கொரோலும், மெர்லாவின்கள், பெர்டினாண்டு, பூலாத் எல்லாரும் வந்தார்கள். பள்ளிச் சிறுவர்களும் உடன் வந்தார்கள். சாவு ஊர்வலத்தில் போல, இந்த ஊர்வலத்திலும் கடைசியில் சில பெண்கள் வந்தார்கள், மாம்ஸெல் வெர்ணும், தன் இரு தோழிகளுடன் ஏதோ காரியமாக வெளியே கிளம்பியிருப்பவள் போல எல்லாருக்கும் பின்னால் வந்தாள்.

அவர்கள் வீடிருந்த சந்தை அடைந்தவுடனேயே, கட்டிப் போட்டிருந்த நாய்கள் இரண்டும் சங்கிலிகளை உதறிச் சப்தம் செய்துகொண்டு உரக்கக் குரைத்தன. வேலிக்கு அப்பால், வாசற்கதவு திறந்து மூடுவதையும் எல்லாரும் கவனித்தார்கள்.

ஊர்வலம் வெளியே நின்று தயங்கியது. சார்ஜண்ட் கதவண்டை போய், “கதவைத் திற பாக்கே” என்று உரக்கக் கூவினான்.

நாய்கள் இரண்டும் அதிகமாகக் குரைத்தன. ஹூஸ்தின் கெட்டியாகப் பிடித்துக்கொண்டிராவிட்டால் கரிபால்டி அதிகாரிகளுக்கு உதவி செய்யப் பாய்ந்தோடியிருக்கும்.

சிறிது நேரம் சந்தடி இல்லாதிருந்தது.

பிறகு வீட்டு வாசற்கதவைத் திறந்து கொண்டு ஒரு மெல்லிய ரத்தஞ்செத்த மஞ்சள் நிற உருவம் வாசற்படியில் நின்றது. “சீனாக்காரன்” என்று ஊர் வலத்தில் இருந்தவர்கள் முணுமுணுத்தார்கள்.

கதவைத் தனக்குப் பின்னால் சாத்திக்கொண்டு அருகில் நகர்ந்து வராமல், “உனக்கு என்ன வேண்டும்?” என்று கேட்டான் அந்த வாலிபன்.

“நாய்களை அதட்டிவிட்டுக் கதவைத் திற.”

அந்தக் குரலில் அதிகாரம் இருந்தது எல்லாரையும் பயமுறுத்துகிற அளவில் இருந்தது. அந்தக் குரல் மீசையை உருவிக்கொண்டு சிறிது நேரம் நின்றான் சீனாக்காரன். பிறகு அவசரப்படாமல் நிதானமாக நாய்களை அதட்டிவிட்டு, வாசற்கதவைத் திறந்தான்.

சார்ஜண்டுடனும் போலீஸ்காரர்களுடனும் மேயரும் அவரைத் தொடர்ந்தவர்களும் உள்ளே போனார்கள். ஊர்வலம் வேலிக்கு வெளியே நின்று உள்ளே நடப்பதைப் பார்த்துக்கொண்டிருந்தது.

“உன் தகப்பனார் இங்கேதான் இருக்கிறாரா?”

சீனாக்காரன் தயங்கினான். பிறகு அழுத்தமாக, “அதைப்பற்றி உனக்கென்ன கவலை?” என்றான்.

“அது என் விஷயம். அவரிடம் ஒரு விஷயம் சொல்ல வேண்டும்.”

“என்னிடம் சொல். அவரிடம் நான் சொல்கிறேன்.”

“நேரில் பேசவேண்டும் அவருடன்” என்றான் சார்ஜண்டு அழுத்தமாக. எதிர்ப்பை அனுமதிக்க மாட்டேன் என்று சொல்கிற தோரணையில் இரண்டடி எடுத்து முன்னால் வைத்தான்.

சாத்திய கதவுக்கு முன் அசையாமல் நின்றான் சீனாக்காரன். “எங்கள் வீட்டிற்குள் அப்படி நுழைய அனுமதிக்க மாட்டேன்,” என்றான். நேரில் சார்ஜண்டைப் பார்த்துச் சொன்னான் இதை.

தன் ரிவால்வரை எடுக்கிற மாதிரி கையை நகர்த்தினான் சார்ஜண்டு. அது சரியல்ல என்று சொல்லுகிற மாதிரி பின்னால் நின்றவர்கள் முணுமுணுத்தார்கள். ஊரில் ஜனங்களுக்கு பாக்கேக்களைப் பிடிக்காது. உண்மைதான்; ஆனால் பாக்கேக்களை விட அதிகமாக ஊராருக்குப் போலீஸாரிடம் வெறுப்பு.

துப்பாக்கியை எடுக்காமல் இடுப்பிலிருந்து ஒரு கடிதத்தை எடுத்து சார்ஜண்டு அந்த வாலிபன் முன் நீட்டினான். "இதைப் படித்துப் பார், பாக்கே! இல்லாவிட்டால் நீதான் பிறகு சிரமப்படுவாய். ஒரு கிழவனை நீ அடைத்துவைத்து ஹிம்சைப்படுத்துவதாக எழுதியிருக்கிறது. அது உண்மையா என்று கண்டு சொல்ல எங்களுக்கு உத்தரவாகியிருக்கிறது. எங்களை உள்ளே விடு. இல்லாவிட்டால்..."

இரண்டு போலீஸ்காரர்கள் பாக்கேயைப் பிடித்துக் கையில் விலங்குகளை மாட்டத் தயாராக இருப்பவர்கள் போல நடந்து முன்னேறினார்கள். வேட்டையாடப்படும் மிருகம்போல அவர்களைப் பார்த்தான் அவன். மேயர், தபால்காரன் மற்றும் ஊரார் எல்லாரையும் பார்த்தான் அவன். கடைசியில் தோள் பட்டையை உலுக்கிவிட்டு, காறி உமிழ்பவன்போல வார்த்தைகளை உமிழ்ந்தான். "வா! வந்து பார்! எனக்கு ஒன்றும் கவலை இல்லை ".

கதவைத் தட்டி, "கதவைத் திற" என்றான்.

கதவுத் தாழ்ப்பாள்கள் அகற்றப்படும் சப்தம் கேட்டது. கதவு திறக்கப்பட்டது.

குடியானவனின் சாதாரண வீடுதான். உள்ளே அதிக இருட்டாகவும் குப்பையாகவும் இருந்தது. புகை வேறு சூழ்ந்திருந்தது.

மாம்ஸெல் பாக்கே அறைக்கோடியில் போய், படுக்கைக்குப் பக்கத்தில் நின்றுகொண்டாள். அந்தப் படுக்கைக்கு மேல் சுவரில் ஒரு சிலுவை மாட்டப்பட்டிருந்தது. அவள் மெலிந்து ஒடிந்து விழுகிற மாதிரி இருந்தாள். அதிகமாகச் சுத்தமாகவும் இல்லை அவள். அவள் குழந்தை, சிவந்த பின் பக்கம் தெரியும்படியாகத் திரும்பி முகத்தை அவள் புடைவையில் புதைத்துக்கொண்டு நின்றது சீனாக்காரன் என்று ஊரார் சொன்ன அவள் அண்ணன் அவளைக் காப்பாற்ற விரும்புகிறவன் போல அவள் பக்கத்தில் போய் நின்றுகொண்டான்

இரண்டொரு நிமிஷங்கள் கழித்து, சார்ஜண்டு கேட்டான்: "சரி உன் அப்பா எங்கே?"

"எங்கே இருக்க வேண்டுமோ அங்கே இருக்கிறார்."

"எங்கே?"

"அவர் அறையில்"

"எது அவர் அறை? காட்டு."

சகோதரனும் சகோதரியும் இருவரும் சேர்ந்து ஒரு கதவைச் சுட்டிக்காட்டினார்கள். தாழ்ந்த கதவுடன் அது ஒரு சிறிய அறை மாதிரி இருந்தது.

"நீ முதலில் திற" என்றான் சார்ஜண்டு.

தன் சகோதரியைப் பார்த்துக்கொண்டே போய்க் கதவைத் திறந்தான் சீனாக்காரன். ஈரமான ஓர் அறை தெரிந்தது. அதற்கப்பால் இருந்த கதவையும் திறந்தான் அவன். சார்ஜண்டு நன்கு குனிந்துதான் உள்ளே போக முடிந்தது. ஆறடிக்கு ஆறடி இருந்த சிறிய அறை அது. நாற்றம் சகிக்க முடியாதபடி இருந்தது.

தாழ்ந்த பலகைமேல் ஒரு வைக்கோல் மெத்தையில் உட்கார்ந்திருந்தான் கிழவன் பாக்கே. அவன் அணிந்திருந்த சட்டை புதிய சட்டை. அதுதான் அவனை நிமிர்த்தி வைத்திருந்தது என்று சொல்லலாம் போல இருந்தது. முடிச்சு விழுந்திருந்த அவன் கைகள் முழங்கால்களின் மேல் ஒட்டி வைக்கப்பட்டவைபோல இருந்தன. கண்கள் சிவந்து, பாவமற்று வந்தவர்களைக் கண்டன.

அறையின் கூரை சரிவாக இருந்தது. கதவண்டை நிமிர்ந்து நிற்கலாம். உள்ளே போய் விட்டால் கூரை தலையிலிடித்தது. ஓடு போட்ட கூரையில் வெளிச்சத்துக்காக ஓட்டை பண்ணப்பட்டிருந்தது. தரை மண்தரைதான். ஒரு முக்காலி மேல் சுத்தமான கிண்ணம் ஒன்று இருந்தது.

படுக்கைக்குப் பக்கத்தில் காலியான ஒரு வாளி இருந்தது. அது அம்மோனியா மருந்து வாசனை அடித்தது.

"குட் ஈவினிங், மெஸ்ஸியர் பாக்கே" என்றான் சார்ஜண்டு.

கிழவன் அரை மயக்கத்தில் நிமிர்ந்து மௌனமாகப் பார்த்தான்.

“இந்த மச்சு அறையில் என்ன பண்ணிக் கொண்டிருக்கிறாய் நீ? உன் பிள்ளை பெண்ணுடன் முன் அறையில் இருக்கக்கூடாதோ?”

“இதுதான் அவருக்குப் பிடித்த இடம்” என்றாள் பெண். அவள் குரலைக் கேட்டு, அவள் தகப்பனார் உள்பட, எல்லாரும் அவளைத் திரும்பிப் பார்த்தார்கள். அவள் குரல் அதட்டலாக இருந்தது மட்டுமல்ல, அவளுக்கு ஒன்றரைக் கண்ணி. அதுவும் சேர்ந்து அவள் முகபாவத்தை விகாரப்படுத்தியது.

“உன் தகப்பனார் பதில் சொல்லட்டுமே?... ஏன் ஐயா நீ இங்கே இந்த அழகான பருவகாலத்தில் அடைபட்டுக் கிடக்கிறாய்? அது நல்லதல்ல. வெளியே ஆரோக்கியமாகவும் சுகமாகவும் இருக்கிறதே!”

தன் பெண்ணையும், பிள்ளையையும், பிறகு சார்ஜண்டையும் திரும்பித் திரும்பிப் பார்த்தான் கிழவன். ஆனால் அவன் ஒரு வார்த்தையும் பேசவில்லை.

“வா, வெளியே போகலாம்” என்றான் சார்ஜண்டு. “எழுந்திரு. வெளியே நல்ல காற்று வீசுகிறது. அதைக் கொஞ்சம் நீயும் சுவாசிக்கலாம். நீயாகவா இங்கே தங்கியிருக்கிறாய்?”

கிழவனைக் கையைப் பிடித்து, பலவந்தமாக, வெளியே அழைத்து வர முயலுபவன் போல நெருங்கினான் சார்ஜண்டு. ஆனால் கிழவன் ஆச்சரியப்படக்கூடிய பலத்துடன் திமிறினான்.

“வேண்டாம்.”

பெண் கேலியாக நகைத்தாள்

“நான் உதவி செய்ய வேண்டாம் என்றால், நீயாக எழுந்து வா பிறகு பேசலாம்.”

“மாட்டேன்.”

“ஏன் மாட்டாய்?”

பதிலில்லை.

“உன் பெண்ணையும் பிள்ளையையும் கண்டு பயப்படுகிறாயா?”

“யாரிடமும் எனக்குப் பயமில்லை.”

“ஏன் இப்படி அவர்கள் உன்னைப் போட்டு அடைத்து வைத்திருக்கிறார்கள்?”

“பூட்டி வைக்கவில்லை” என்றாள் பெண்.

“பூட்டவில்லையா? கதவுகள் இரண்டும் வெளியே பூட்டப்பட்டிருந்தன. உன் அண்ணன் வந்து திறந்தானே அதற்கு என்ன அர்த்தமாம்?”

“அவருக்கு அதுதான் பிடித்திருக்கிறது. அதில் என்ன தவறு?” என்று கூவினாள் பெண். “போய்விடு வெளியே! நரகத்துக்குப் போ. எங்களைத் தொந்தரவு செய்யாதே!”

“போ! நரகத்துக்குப் போ. எங்களை ஏன் தொந்தரவு செய்கிறாய்?” என்று கிழவனும் அவளுடன் சேர்ந்து கத்தினான்.

“இதோ பார்” என்று மீண்டும் தொடங்கினான் சார்ஜண்ட். “உன் குழந்தைகள் உன்னைப் போட்டு அடைத்து வைத்திருக்கிறார்கள் என்பது எனக்குத் தெளிவாகவே தெரிகிறது. உன் வீட்டையும் வயல்களையும் அவர்கள் சுவாதீனப்படுத்திக் கொண்டுவிட்டார்கள். உன்னைச் சிறைபடுத்தி வைத்திருக்கிறார்கள்.”

“முழுப் பொய் அத்தனையும்” என்றாள் கிழவனின் பெண்.

கிழவன் அவளைப் பார்த்துக்கொண்டே, “அத்தனையும் முழுப் பொய்” என்றான்.

சீனாக்காரன் சொன்னான்: “அப்பாவுக்கு வயதாகி விட்டது. பலம் போதவில்லை. என்ன செய்கிறோம் என்று அவருக்குத் தெரியவில்லை. இங்கே இந்த அறைக்குள் இருப்பது அவருக்குச் சௌகரியமாக இருக்கிறது. அமைதியாக இருக்கிறது. அவர் தேவைக்குத் தக்கபடி எல்லாவற்றையும் நாங்கள் தந்துவிடுகிறோம். உனக்கு வேண்டியதெல்லாம் கிடைக்கிறதா அப்பா?” என்று கெட்டிக்காரத்தனமாகக் கேட்டான் பிள்ளை.

“கிடைக்கிறது.”

பெண் சொன்னாள்: “அவர் அணிந்துகொண்டிருக்கிற ஸ்டாகிங்குகள் நான் நெய்தவை. காலில் குளிரில்லாமல் இருக்கிறதில்லையா அப்பா?”

“ஆமாம்.”

பிள்ளை முன் வந்து, “உன் புகையிலையைக் காண்பி இவர்களுக்கு” என்றான்.

படுக்கையிலிருந்து தன் சுங்கானையும் ஒரு பொட்டலம் சுங்கான் புகையிலையையும் எடுத்துக் காட்டினான். கிழவன். சீனாக்காரன் கட்சிதான் ஜெயித்துக்கொண்டிருந்தது என்பது இப்போது தெளிவாகிக் கொண்டிருந்தது.

“நீ கேட்பது எல்லாம் கிடைக்கிறதா இல்லையா அப்பா?”

“கிடைக்கிறது.”

சார்ஜண்டுக்கு என்ன நினைப்பது, என்ன கேட்பது என்ன செய்வது என்று புரியவில்லை. “இருந்தாலும், இதெல்லாம் சரியான காரியமாக எனக்குப் படவில்லை” என்று முணுமுணுத்தான். குனிந்து கிழவனின் தோள்பட்டையின் மேல் கைவைத்துச் சொன்னான்: “இதோ பார், மெஸ்ஸியர் பாக்கே! கடைசித் தடவையாகக் கேட்கிறேன். நிஜத்தைச் சொல்லு. உனக்குக் கெடுதி செய்ய வரவில்லை நாங்கள். ஏன் இப்படி அடைபட்டுக் கிடக்கிறாய்? இங்கே பிடித்திருக்கிறதா உனக்கு? அல்லது அவர்கள் உன்னை வெளியே விட மறுக்கிறார்களா?”

தோள்பட்டையை உலுக்கினான் கிழவன், மௌனமாக.

அவன் பெண் உரத்த குரலில் கூவினாள். “அதுபற்றி உனக்கு என்ன கவலை? அவர் வீட்டில் அவர்தானே யசமான்? இல்லையா?”

“வாயை மூடு” என்று அதட்டினான் அவள் அண்ணன்

அருவருப்புடன் தன் பெண்ணைப் பார்த்தான் கிழவன், பிறகு சொன்னான்: “என் வீட்டில நான்தானே யசமான்? இல்லையா?”

மௌனம் நிலவியது அங்கு.

சார்ஜண்டு நிமிர்ந்து நின்றான். மௌனமாகத் தன் சகாக்களைப் பார்த்தான். மேயர், தபால்காரன் எல்லாரும் என்ன நினைக்கிறார்கள் என்று முகத்தைப் பார்த்து அறிந்து கொண்டான். கதவுப் பக்கம் பின்னிட்டு நகர்ந்தான்.

“என்னைப்பற்றி ஒன்றுமில்லை. உனக்கு உதவி தேவையானால், உதவ நான் வந்தேன். அவ்வளவுதான். இந்தச் சாக்கடையிலே கிடந்துதான் சாவேன் என்று நீ சொன்னால், அதைத் தடுக்க நான் யார்? அது உன் விஷயம், குட்ஈவினிங், வருகிறேன் மெஸ்ஸியர் பாக்கே!”

வெளிமுற்றத்தில் ஊர்வலத்தில் வந்தவர்களில் தைரியஸ்தர்கள் சிலர் வாசல் கதவண்டை வந்து உள்ளே நடப்பதைப் பார்த்துக்கொண்டிருந்தார்கள். அவர்களைக் கண்டதும் மாம்ஸெல் பாக்கே ஆத்திரமாக உரக்கக கத்தினாள்.

“வெட்கமாக இல்லையா உங்களுக்கு? எங்களை வேட்டையாட வந்தீர்களே!” காலில் அணிந்திருந்த கட்டையை எடுத்துக் கூட்டத்தில் வீசத் தயாரானாள். ஆனால் அவள் அதைச் செய்ய முடியாமல் அவள் அண்ணன் அவள் கையைப் பிடித்துத் தடுத்துவிட்டான். கோபத்துடன் உறுமிக்கொண்டே கட்டையைக் கீழே போட்டாள் அவள்.

வெளியே இது ஒரு ஹாஸ்ய சம்பவமாக உருமாறிக் கொண்டிருந்தது. சோக நாடகம் வெறும் கேலிக் கூத்தாக மாறிவிட்டது.

“இங்கே கூட்டம் போடாதீர்கள். கிளம்புங்கள் என்று உத்தரவிட்டான் சார்ஜண்டு. மேயர் அர்ணால்டின் பக்கம் திரும்பி எல்லார் காதிலும் விழும்படியாக அவன் சொன்னான்: “விஷயம் புரிந்தது. இல்லையா? மேலே நான் சொல்ல ஒன்றுமில்லை. என் அறிக்கையை அனுப்பி வைக்கிறேன்.”

தன் இரண்டு ஆசாமிகளும் பின்தொடர, நிமிர்ந்து நடந்து அந்த ஊர்வலக் கும்பலைக் கடந்தான் அவன். ஆனால் ஜனங்கள் சீட்டியடித்து நகைத்து அவனையும் அவன் அடைந்த தோல்வியையும் சுட்டிக் காட்டிக் கேலி செய்தார்கள். அது காதில் விழாதமாதிரி போய்விட்டான் அவன்.

“மிகவும் அசுத்தமான தொழில்” என்று சொன்னான் ழாய்னு, கிராமத்துப் போலீஸ்காரனிடம். அவன் விலாவில் கைவிரலால் குத்திவிட்டு மேலும் சொன்னான்: “எனக்கு என்ன தோன்றுகிறது தெரியுமா, காப்டன்? உன்னைப்போல் போலீஸ் நாயாக இருப்பது, முழு போலீஸ்காரனாக இருப்பதைவிட எவ்வளவோ நல்லது என்று எனக்குத் தோன்றுகிறது.”

21

சூரிய வெளிச்சத்தில் நின்ற அவன் பார்ப்பதற்கே விந்தையான காட்சியாகத்தான் இருந்தான் நல்ல உயரம். ஆனால் இடுப்பொடிந்து டானா மாதிரி கூனியிருந்தான் கிழவன். அவனுக்கு பாக்கேயைப் பற்றியோ, போலீஸ்காரனைப் பற்றியோ சிறிதும் கவலையே கிடையாது. அவன் பெயர் மெஸ்ஸியர் டி நவியேர் அன்று இதெல்லாம் விட முக்கியமான காரியம் ஒன்று அவன் செய்வதற்கு இருந்தது.

தூரத்தில் தபால்காரனைக் கண்டதுமே அவனை வரச்சொல்லிக் கைகளை ஆட்டினான் அவன். வந்ததும் சொன்னான்: “பாப்! எனக்காக ஒரு கடிதத்தைத் தபாலில் சேர்த்துவிடு. அதற்கு ஸ்டாம்பும் ஒட்டிவிடு” என்றான். (நவியேர் எல்லாரையுமே அவர்களுடைய முதல் பெயரைச் சொல்லிக் கூப்பிடுவதுதான் வழக்கம்)

“சந்தோஷத்துடன் செய்கிறேன்.”

நிழலாக இருந்த தோட்டத்துக்குள் நகர்ந்தான் நவியேர் நம்பிக்கையுடன், திருப்தியுடன்.

கிராமத்திலே அவன் வீடுதான் மிகவும் பழமையான வீடு. தீவு என்று சொல்லப்படுகிற சதுப்பு நிலத்திலே, பாதைக்குக் கீழே இருந்தது அது. சிறிய பங்களா அது. தனியாக இருந்தது. அதன்

யசமானனைப் போலவே. கன்னிக் காட்டிலே ஐவிப்பச்சை படர்ந்த மரம் போலத் தனியாக நின்ற அது. ஓய்வுக்கென்று ஏற்பட்ட ஆலயம் போன்றது அது தனியாகக் கல்லறைத் தோட்டத்தில் இருப்பதுபோல இருந்தது என்பதுதான் அதன் விசேஷம்.

கார்ணாவாலே ம்யூஸியத்தின் அதிகாரிக்குப் பாரீஸுக்குக் கடிதம் எழுதியிருந்தான் அவன்.

“எத்தனையோ மாறுதல்கள் கண்டவன் நான். என் நீண்ட ஆயுளில் நான் சில பண்டைப் பெரும் பொருள்களைச் சேகரித்துள்ளேன். நான் போன பின் அவை காற்றிலே சிதறிவிடக்கூடாதே என்கிற ஆசையில் இதை எழுதுகிறேன். ஏலம் என்கிற காற்றில் அவை அலையக் கூடாது என்பதற்காக...”

பண்டைப் பெரும் பொருள்கள் என்று அவன் குறிப்பிட்டது எதைத் தெரியுமா? சில கஜங்கள் ஜரிகைத் துணி; எலி தின்ற ஒரு பைபிள் புத்தகம்; லூயி பிலிப்பேயின் காலத்துச் சட்டை ஒன்று; மாய்ப்பறுவுக்கு அருகில் கண்டெடுக்கப்பட்ட இரண்டு ரோமன் காசுகள்; மிகவும் பழைய காலத்தது என்று நவியேர் எண்ணிய ஒரு பிரார்த்தனைப் புத்தகம் இவ்வளவு தான். பாங்கில் வேலைசெய்து ஓய்வு எடுத்துக்கொண்ட பின் தன் நேரத்தில் பெரும் பகுதியை இந்தப் பொருள்களைப் பாதுகாப்பதில்தான் அவன் செலவிட்டிருந்தான். இந்தப் பொருள்களை அவன் பத்திரமாக ஒரு பெரிய மரப்பெட்டிக்குள் வைத்துக் காப்பாற்றினான். எதிர்காலத்துப் பழம் பொருள் ஆராய்ச்சியாளருக்கு உபயோகப்பட வேண்டும் என்பதற்காக அந்தப் பெரிய மரப்பெட்டியைப் பற்றியும் அவன் ஒரு குறிப்பு எழுதி அதில் ஒட்டி வைத்திருந்தான்.

“இது அழகான பெட்டி. நல்ல மரத்தால். நல்ல வேலைப்பாடுகளுடன் ஒரு கலைஞனால் செய்யப்பட்டது. காலம் நிச்சயமாகத் தெரியவில்லை. செய்தவன் மாய்ப்பறுவின் மிகச் சிறந்த தச்சன். குல்லாமா என்கிற தச்ச மேதையின் சிருஷ்டி இது. 1872-இல் இறந்துபோன என் மாமா தாத்தாவுக்காகச் செய்யப்பட்டது. ஸ்டானிஸ்லாலூயி டிநவியேர் என்ற பெயருடைய என் மாமா நுண்கலைகளின் மந்திரியின் காரியாலயத்தில் வேலை பார்த்தவர். பாரிஸ் ஆபிராவைக் கட்டிய கார்ணியே என்பவரின் நண்பர் ஆவர். இந்தப் பெட்டி கார்ணியே சொல்படி செய்யப்பட்டது என்று நம்ப இடம் உண்டு” என்று எழுதி வைத்திருந்தார்.

அந்தப் பெட்டியைப் போலவே மெஸ்ஸியர் டிநவியேரின் காலமும் நிர்ணயிக்க முடியாத காலந்தான் அவன் காலத்தைக் கடந்தவன் என்றுதான் சொல்ல வேண்டும். கண்ணற்ற ஒரு கிழட்டுப் பூனையும், தீராத பல சில்லறைக் கடன்களும்தான் அவனுடன் வாழ்ந்து வந்தவை. தூசியும் புழுதியும் அடைந்த வீட்டிலே பூனையும் கிழவனும் ஒருவருக்கொருவர் துணையாக வசித்து வந்தனர். தோட்டத்து மரங்களில் இலையடர்ந்து பச்சைநிறம் தந்த மாதிரியே, அந்த வீட்டு ஜன்னல் கதவுகளும் உள்ளே வந்த வெளிச்சத்துக்கு ஒரு பசுமை நிறம் தந்தன.

தனக்கு வயதாகிக்கொண்டிருந்தது என்கிற ஞாபகமே அற்றவன் அவன். என்றும் தனியாக இருந்து பழகியவன். பேசிக்கொண்டே, அந்தப் பேச்சையே தாலாட்டாகக் கொண்டு, தூங்கிவிடும் வழக்கமுள்ளவன் அவன். அவன் பலம் மிகவும் மெதுவாகத்தான் போய்க்கொண்டிருந்தது. பல்லில்லாதவன்; பாலில் ரொட்டியைத் தோய்த்து ஊறவைத்துத் தின்று உயிர் வாழ்ந்தான். பொய்ப் பல் வாங்கிக் கட்டிக்கொண்டிருந்தான் சில காலம்; அவை தேய்ந்துவிட்டன. புதிதாகப் பொய்ப் பல் வாங்கக் காசில்லாமல் காலந்தள்ளிக்கொண்டிருந்தான்.

மெஸ்ஸியர் டி நவியேரைத் தேடிக்கொண்டு வருகிறவர்களே கிடையாது. யாராவது வந்து வீட்டு வாசல் மணியை அடித்தால், ஏதோ ஒரு பிரமாதமான அதிர்ச்சியாக இருக்கும் அவனுக்கு தபால்காரனிடம் கடிதம் தருகிறேன் என்று சொன்னது அவனுக்கு மறந்தே போய்விட்டது வளைந்து வளைந்து நெறிஞ்சிமுள் அடர்ந்த பாதையில் வந்து வீட்டுக் கதவு மணியை அடித்த தபால்காரனைப் பார்த்ததும், “வா! வா! உள்ளே வா நண்பா” என்று வரவேற்றான் நவியேர். “கடிதம் இந்தா. இதை எங்காவது விட்டுவிடாதே! என் பழம்பெரும் சாமான்கள் விவரத்தை இரண்டு தாள்களில் எழுதி வைத்திருக்கிறேன். ‘மெஸ்ஸியர் டி நவியேர், வில்லி கிராண்டு நகரப் பழம்பொருள் சங்க அங்கத்தினர்’ தந்தது என்று தெரிவிக்கச் சொல்லியிருக்கிறேன். பிறகு எப்பொழுதாவது நீ பாரீஸ் மாநகரம் சென்றால் போய்ப் பார்... வேறு சில விஷயங்களும் இதில் எழுதியிருக்கிறேன். இதோ கடிதம் பையில் போட்டுக் கொள். ஸ்டாம்பு ஒட்டி அனுப்பிவிடு. ஸ்டாம்புக் காசு இந்தா.”

வாயில் எச்சில் ஊற ஊற அவன் பேசினான் பேசும்போது ஜலம் கொப்பளிப்பது போலச் சப்தம் கேட்டது.

"சரி" என்று தபாலைக் கையில் வாங்கிய மூாய்னு சொன்னான்: "கனமாக இருக்கிறதே! இரண்டு ஸ்டாம்பு ஒட்ட வேண்டும்!"

"இரண்டா? நிஜமாகவா? பால்..."

காசுக்காகத் தேடினான் நவியேர். சில்லறை எல்லாமாகச் சேர்ந்தும் போதவில்லை. வேறு ஒரு நோட்டு இருந்தது. ஆனால் அதை மாற்றிவிட்டால் அடுத்த மாதம் பூனைக்கும் மனிதனுக்கும் உணவு கிடைக்காது. "ஒரு விநாடி இரு" என்று பாலுக்காக வைத்திருந்த காசைக் கொணர்ந்து மூாய்னுவிடம் தந்தான். பூனையும் அவனும் பாலைக் குறைவாகத்தான் சாப்பிட வேண்டும் ஒரு வாரம். போகட்டும்.

மூாய்னு காசை வாங்கிக்கொண்டு வாசற் கதவண்டை போகும்போது, கிழவன் உட்கார்ந்து யோசனையில் ஆழ்ந்தவனாகச் சொன்னான்:

"பால்! சொல்கிறேன் கேள்! பணம்! பணம்! பணம்! நான் சேர்த்திருக்கும் பழம் பொருள்களை விற்றால் எனக்கு ஏராளமான பணம் கிடைக்கும்... ஆனால் பணம் என்னை அடிமைப் படுத்தவில்லை. நான் பணத்தைப் பற்றிக் கவலைப்படவில்லை. பணம் என்பதே பொய். அதன் பொய்ம்மையைப் பூரணமாக அறிந்தவன் நான். பணம் என்றால் என்ன என்பது எனக்குத் தெரியும். இருபது வருஷங்கள் பாங்கில் காஷியராக இருந்தவன் நான். இந்தக் கைகள் எத்தனை பணத்தைத் தொட்டுத் தடவி எண்ணியிருக்கும்? கற்றையாக நோட்டுகள்! பை பையாகக் காசுகள்! தங்கத்தின் கனம் எப்படி! பணத்தாசை பிடித்து வந்தவர்களை நான் நெருங்கிப் பார்த்துப் பேசிப் பழகியிருக்கிறேன்... பணம்! பணம்! பணந்தான் எல்லாவற்றிற்கும் ஆதாரமாக உள்ளது! பணத்தின் பாடத்தைச் சரிவரக் கற்றுக் கொண்டவர்களும் இருக்கிறார்கள் யாரைப்பற்றி நான் சொல்கிறேன் தெரியுமா? பால், ருஷ்யர்களைப் பற்றிச் சொல்கிறேன் நான். பத்திரிகையில் படித்திருக்கிறாய் அல்லவா நீ?"

உலகில் என்ன நடக்கிறது என்று அறியாதவன் நவியேர். ஆனால் ருஷ்யாவில் நடந்த புரட்சி காரணமாக அவன் வாங்கியிருந்த

பங்குகள் படுத்து விட்டன. ஆகவே ருஷ்யாவில் நடப்பது பற்றி மட்டும் கொஞ்சம் தெரியும் அவனுக்கு.

“அங்கு ருஷ்யாவிலே பணம் என்பதையே ஒழித்துவிட்டார்கள். பணம் கிடையாது அங்கு. எல்லாரும் உழைக்க வேண்டும். கூலி மட்டும் கிடையாது. உழைப்புத்தான் உண்டு...”

“எனக்கு அது சௌகரியப்பட்டு வராது. நான் உழைத்தால் சரியான கூலியை எதிர்பார்ப்பேன்” என்று சொல்லிச் சிரித்தான் தபால்காரன்.

“எதற்காகக் கூலி வேண்டும்? ருஷ்யாவில் உன் நலன்களை அரசாங்கமே கவனித்துக்கொள்கிறது. வீடு கட்டிக் கொடுத்து விடுவார்கள். உனக்கும் உன் குழந்தைகளுக்கும் துணிமணிகள் வாங்கித் தந்து விடுகிறது அரசாங்கம். உடம்பு சரியாயில்லாவிட்டால், அரசாங்கச் செலவில் வைத்தியம் செய்து கொள்ளலாம். கிழவனாகி விட்டால் சோறு போடுவதும் அரசாங்கந்தான். பணம் கிடையாது அங்கே! பணம் எதற்குச் சொல்லேன். சுவாரசியமான விஷயந்தான் இல்லையா? கடன்காரன் கிடையாது. எதுவும் வாங்கப் பணம் தேட வேண்டியதில்லை. அடகு வைக்க வேண்டியதில்லை. வட்டி கட்ட வேண்டியதில்லை. எதுவும் வாங்க வேண்டியதில்லை..... நினைத்துப் பார்ப்பதற்குச் சிரமமாகத்தான் இருக்கிறது என்றாலும் அப்படி நடந்தால் எல்லாருக்கும் நல்லதுதானே! சரிவர ஏற்பாடு செய்தால் ஏன் சரிவர நடக்காது. சொல்லேன், பால்!”

“இங்கே இருக்கிற மாதிரியே இருப்பதுதான் எனக்குப் பிடித்திருக்கிறது!” என்றான் மூாய்னு, வெளியேற முயன்றுகொண்டே.

கிழவனும் அவனுடன் வெளியே வந்தான். அவன் சிந்தனையில் மூழ்கியிருந்தான். அவன் கண்களில் ஒருவித பாவமுமில்லை. அவன் தனக்குள்ளேயே பேசிக்கொள்பவன் போலச் சொல்லிக் கொண்டே வந்தான்:

“அப்படி ஒன்றும் இங்கே சரியாக இருப்பதாகச் சொல்ல முடியாது... பணம் என்பது நல்லதல்ல... பணம் என்பதே உலகில் தோன்றியிருக்கக் கூடாது. ருஷ்யாவில் நல்ல காரியம் ஒன்று செய்திருக்கிறார்கள். அது பலித்திருக்கிறது என்றால், நாமும் ஏன் அவர்களைப் பின்பற்றக் கூடாது, பால்?”

வாசல் கதவுப்படியில் கையைத் தூக்கிக் கொண்டு நின்றான் அவன். மூாய்னு போய்விட்டதை அவன் கவனித்ததாகத் தெரியவில்லை. அர்த்தமற்ற ஒரு புன்சிரிப்புடன் அவன் பேசிக்கொண்டேயிருந்தான்.

"ஒன்றுதான் விஷயம், அது சரிவரப் புரிய மாட்டேன் என்கிறது. புரிந்துகொண்டு விட்டால் சரிப்பட்டுவிடும். என்னையே உதாரணமாக எடுத்துக்கொள், எனக்கு வயசாகிவிட்டது. எனக்கு அலுப்பாக இருக்கிறது. என்னைக் கவனித்துக் கொள்ள யாராவது இருந்தால் தேவலை. அரசாங்கம் என் அலுவல்களைக் கவனித்துக் கொண்டால் நல்லதுதானே? பால் கொணர்ந்து தரும் அது. ஆனால் அரசாங்கம் என்றால் யார்? உத்தியோகஸ்தர்களா? குமாஸ்தாக்களா? வரி வசூலிப்பவர்களா? யார் என்றுதான் எனக்கு நிச்சயமாகத் தெரியவில்லை. அவர்களுக்கெல்லாம் பூராத்திட்டம் வேலையிருக்கிற மாதிரிதான் இருக்கிறது. எனக்குப் பால் கொணர்ந்து தர அரசாங்கம் ஒரு நாள் மறந்து போய் விட்டால் நான் யாரிடம் போய் முறையிடுவது? மேயரிடமா? என்ன செய்வது அரசாங்கம் மறந்துவிட்டால்... ம்...ம்."

22

நகரசபைக் கடிகாரம் ஆறு அடித்ததும் லாமெலி தபாலாபீஸ் புஸ்தகங்களை உள்ளே எடுத்துவைத்தாள். ஜன்னல் கதவுகளைச் சாத்தினாள். முன்வாசல் கதவையும் இழுத்துப் பூட்டினாள்.

பூாய்னு இரவு சாப்பாட்டு நேரத்துக்குமுன் வீட்டுக்கு வரமாட்டான். அதற்கு முன் ஒருமணிநேரம் ஹோட்டலில் உட்கார்ந்து அரசியல் விஷயங்களையெல்லாம் விவாதித்து அலசிவிட்டுத்தான் அவன் வீடு திரும்புவான்.

ஸூப்பைச் சரிபார்த்துவிட்டு, மேலே மச்சுக்குப் போனாள் லாமெலி. எதற்காகப் போனாள்? அவளுக்கே தெரியுமோ? மேலே உலர்த்தியிருந்த துணிகள் காய்ந்து விட்டனவோ என்று பார்க்கப் போயிருக்கலாம்... அந்தச் சமயத்தில் தான் வழக்கமாக ஜோஸப் முகம் கழுவிக் கொண்டு பார்க்கில் உலாவி வரக் கிளம்புவான். அவன் வருகைக்காகக் காத்திருந்தாள் லாமெலி. வெளிக் கதவு திறந்து மூடும் சப்தம் கேட்டது. உடனே கூப்பிட்டுச் சொன்னாள் அவள்: "ஜோஸப்பா? மேலே வரும்போது ஒரு நாற்காலி கொண்டுவாயேன்."

மச்சுக் கதவண்டை வந்து நின்றாள். அப்போது வீசி அடித்த காற்றில் அவள் பாவாடை தூக்கிக் கொண்டு பறந்தது. அதே சமயம் நிமிர்ந்து பார்த்த ஜோஸப்பின் முகம் சிவந்தது.

துணி உலர்த்தும் கொடியைப் புது இடத்தில் கட்ட விரும்பினால் லாமெலி சரிந்திருந்த தளத்தில் நாற்காலி நேராக நிற்கவில்லை.

பையன் குரலும் இல்லாமல் பெரியவனின் குரலுமில்லாத ஒரு குரலில், “நான் உன்னைக் கட்டிப் பிடித்துக் கொள்கிறேன். நீ கொடியைக் கட்டு” என்றான் ஜோஸப்.

அவள் முகம் சிவந்தது. “வேண்டாம், நீ நாற்காலியில் ஏறிக் கொடியைக் கட்டு. விழுந்துவிடுவேன் என்று எனக்குப் பயமாக இருக்கிறது” என்றாள்.

அவன் நாற்காலியில் ஏறி நின்று கொடியைக் கட்டும்போது, அவள் நாற்காலியைப் பிடித்துக் கொண்டாள். அவள் முகம் அவன் துடைக்கு மிகவும் சமீபத்தில் இருந்தது. நாள் பூராவும் வேலை செய்துவிட்டு வந்திருந்த அவன் உடலின் மணம் அவள் மனசைக் கவர்ந்தது. கால் வடிவும், ஆடு சதையும், கணைக்கால்களும் அவளுக்கு ஆசையூட்டின. கோழிக் குஞ்சின் சதைபோல் வெண்மையாக இருந்த காலில் நீல நரம்புகள் ஓடுவது தெரிந்தது.

அவன் கீழே குதித்தான். “ஆகிவிட்டது” என்றான்.

“என் நன்றி” என்றாள் அவள். நகர்ந்தாள். இன்னும் சிறிது நேரம் ஆகியிருக்கக்கூடாதா என்று இருந்தது அவளுக்கு. மச்சை விட்டுக் கிளம்புமுன் துணிகளை எடுத்துக்கொண்டாள். இயற்கைக்கு ஒவ்வாத மாதிரி சிரித்தாள்: “இந்த உஷ்ணத்தில் அதிக நேரம் ஆவதில்லை” என்றாள்.

கொடிக்கு அப்பால் அவளைப் பார்த்துக்கொண்டு நின்றான் அவன். அவன் உதடுகள் திறந்திருந்தன. இன்னும் முக க்ஷவரம் செய்துகொள்ள ஆரம்பிக்காத பையன் அவன். ஆனால் மென்மையான மயிர் அவன் முகத்தில் அரும்பியிருந்தது. பனிபோல அவன் நெற்றியில் வேர்வை அரும்பியிருந்தது. ஷர்ட்டுக்குள் கைவிட்டு மார்பைச் சொறிந்து கொண்டான் அவன். அவள் சொன்னதற்கு என்ன பதில் சொல்வது என்று அறியாமல் பேசாமல் இருந்துவிட்டான்.

துணிமணிகளைக் கையில் சுமந்துகொண்டு, அவனைத் தாண்டிப் போனாள் அவள். அவள் ஏணியில் இறங்கியபோது அவளையே பார்த்துக்கொண்டு நின்றான் அவன்.

அவள் போய்க் கண்ணுக்கு மறைந்த பின்தான் முகம் கழுவிக் கொள்ளப் போனான் அவன். கொடியில் தொங்கிய லாமெலியின் உள்ளாடைகள் அவன் முகத்தில் பட்டன. அவன் அதைக் கவனித்ததாகவே தெரியவில்லை.

23

அநேகமாகப் பகல் முடிந்துவிட்டது.

சதுக்கத்தில் மரங்களின் நீண்ட நிழல்கள் கண்ணுக்குத் தெரியாமல் மங்கிக்கொண்டிருந்தன. புழுதியிலே அவை உருவம் அற்றவையாகத் தெரிந்தன.

மாலை உணவு ஆகிவிட்டது. மாலை நேரத்தில் ஹோட்டலில் கரிபால்டி தன்னுடைய பழக்கமான வேடிக்கைகளைச் செய்து காட்டிக்கொண்டிருந்தது. அதைப் பார்த்துக்கொண்டு நின்றவர்கள். வழக்கமானவர்கள்தான் பள்ளிச் சிறுவர்களும், வயது வந்த ஒரு சில உற்சாகிகளுந்தான் அவர்களுக்கு அந்த வித்தைகளைப் பார்த்து அலுப்பதே கிடையாது.

பகலின் உஷ்ணத்தில் காற்றே சலனமற்றுப் போய்விட்டிருந்தது. இப்போது சற்றுக் குளுமையாக விசிறி அடிக்கத் தொடங்கியது. வேர்வை அரும்பிய நெற்றியிலே காற்று குளுகுளுத்தது இன்பமாகத்தான் இருந்தது.

திடீரென்று ஒரு யோசனை தோன்றியதுபோல ஹஸ்தின் சைகை காட்டினான். “கரிபால்டி! இன்று சைவ உணவு சாப்பிடலாமா?” என்றான். கரிபால்டி ஓடிப் போய்ப் பல்லால் கொஞ்சம் புல்லைக் கடித்துப் பிடுங்கிக் கொணர்ந்து தன் யசமானன் காலடியில் போட்டது. “இதற்குக் காடி எங்கே?” முன்னங்காலைத் தூக்கிப்

புட்டியைப் புல்லில் கவிழ்ப்பது போலக் காட்டியது கரிபால்டி. “எண்ணெய்?” மற்றொரு காலைத் தூக்கிக் காட்டியது அது. எல்லாரும் சிரித்தார்கள். தலைமயிரைப் பிய்த்துக் கொண்டான் ஹூஸ்தின். “உப்பையும் மிளகையும் மறந்துவிட்டாயே!” என்றதும், அவன் நாய் பின்னங்கால்களில் மண்ணை அள்ளிப் புல்லின் மேல் போட்டு மூடியது. எல்லாரும் கைதட்டினார்கள். சிலர் காசுகள் கொடுத்தார்கள். அந்தக் காசுகளை வாயில் கவ்விக்கொணர்ந்து தன் யசமானன் பையில் போட்டது கரிபால்டி.

தபாலாபீஸுக்கு எதிரில் இருந்த ஒரு பெஞ்சில் உட்கார்ந்து மூாய்னு, லாமெலி, ஜோசப் மூவரும் காற்று வாங்கிக்கொண்டிருந்தார்கள். இரவில் அவசரம் அவசரமாக கடிதம் எழுதித் தபாலில் கொணர்ந்து சேர்க்க வருகிறவர்கள் பலர் வருகிற நேரம் அது. நகரத்து அரசியல் விஷயங்களைப் பற்றித் தபால்காரனுடன் விவாதிக்க அந்தச் சமயத்தில் அங்கே பலர் வந்து சேர்ந்து கொள்வது உண்டு.

வாலிபர்கள் கோஷ்டி ஒன்று எல்லாரும் பதினெட்டு முதல் இருபது வயதுவரையில் உள்ளவர்கள் ஹோட்டலுக்குள்ளிருந்து வெளியே வந்தார்கள், வீட்டுக்குத் திரும்புமுன் அவர்கள் பரியாரியின் மகன் பிரான்சிஸ் கத்திரிக்கோலை உயிருடன் உபயோகிக்கத் தெரியாதவன் திறந்த சதுக்கத்தில் ஓடுவதைப் பார்த்துக்கொண்டு நின்றார்கள், தினம் இப்படிச் சுற்றிச் சுற்றி ஓடுவது அவன் பழக்கம். அரைக் கால்சராய் ஒன்றை மாட்டிக்கொண்டு சிவந்த தலைமயிருடனும் தந்திரசாலியினுடைய முகத்துடனும் அவன் அப்படி ஓடி ஓடி வந்தது பார்க்க வேடிக்கையாகத்தான் இருந்தது. ஏதாவது செய்ய வேண்டும் என்கிற அவன் வேகம் அந்த ஓட்டத்தினால் திருப்தியடைந்து சமனமடைவது போலத் தோன்றிற்று.

“என்ன வாலிபர்களே! எப்படி இருக்கிறது?” என்று மூாய்னு அந்த வாலிபர்களை விசாரித்தான்.

அந்த வாலிபர்களிலே குடியானவன் ஜோஸின் மகனும் இருந்தான். பாஸ்ஸே போஸே பண்ணையின் சொந்தக்காரன் அவன் முகத்தில் கடினபாவமும், உடம்பில் பலமும் உள்ள அந்தப் பையன் தன் வேலையில் கெட்டிக்காரன். வாயில் ஒரு சிகரெட்டுடனும், கைகளைப் பையில் போட்டுக்கொண்டும் அவன் நின்றது பாரிஸ்

நகரத்து நாகரிகத்தை அவன் பின்பற்றத் தயாராக இருந்தான் என்பதை அறிவுறுத்தியது. வண்டிக்கட்டுப் போடுபவனின் மகன் நிகோலஸ் பூலோதும் அவர்களுடன் இருந்தான்.

அவர்களைக் கேலி செய்து வாயைக் கிண்டுகிற உத்தேசத்துடன் மூாய்னு சொன்னான். "கிராமத்தில் அழகான பெண்களே இல்லையா என்ன? எல்லா வாலிபர்களும் இப்படி ஒன்று சேர்ந்து கொண்டு கிளம்பிவிட்டீர்களே? கிழவர்கள்தான் கோஷ்டி கோஷ்டியாக இப்படி இருப்பார்கள்!"

வாலிபன் ஜோஸ் உடனேயே பதில் சொன்னான்; "கல்யாணமான உங்களைப்போல அல்ல நாங்கள், மெஸ்ஸியர் மூாய்னு வேறு பல விஷயங்களைப்பற்றி நாங்கள் சிந்திக்க வேண்டியதாக இருக்கிறது."

"உண்மைதானே!" என்றாள் லாமெலி, அவன் பதிலை ஆமோதித்து.

மூாய்னு சொன்னான்: "பேசத் தெரிந்தவன் தான் நீ. ஆனால் ஒன்று சொல்கிறேன் கேள். பண்ணை உனக்குச் சொந்தமான பின் அதை உன் அப்பா நடத்துகிற மாதிரி நீயும் நடத்தாதே. உன் அப்பாவை ஒரு வண்டி எரு கேட்டேன்; தரமாட்டேன் என்று சொல்லிவிட்டார், கஞ்சத்தனமாக."

"நான் பண்ணையை நடத்தவே மாட்டேன்" என்றான் ஜோஸ்.

"என்ன?"

"ஆமாம். குடியானவனாக இருக்க நான் விரும்ப வில்லை."

"பின் என்ன பண்ணப் போகிறாய் நீ. சொல்லேன்."

"இங்கிருந்து போய்விட்டால் போதும். எது செய்தாலும் பாதகமில்லை இல்லையா நிகோலஸ்?" என்றான் ஜோஸ்.

நிகோலஸ் அசடனல்ல. தன் தகப்பனுக்கு உதவி செய்ய அவன் தயங்கியதில்லை என்றாலும், அவனும் வெளியே பரந்த உலகில் சுற்றிப்பார்க்க வேண்டும் என்கிற ஆசையுள்ளவன்தான். ஏதாவது காரியாலயத்தில் குமாஸ்தா வேலை பார்க்க வேண்டும் என்பது அவன் ஆசை. அப்பன் சம்மதிக்கமாட்டான். ஆனால் யுத்த வீரனாக மாய்ப்பறுவை விட்டுக் கிளம்பிவிட்டால் பிறகு பார்த்துக் கொள்ளலாம் என்று உத்தேசம் அவனுக்கு "வயதாகாதவர்கள்

நாங்கள். வாழ்க்கை எப்படி என்று பல இடங்களில் பதம் பார்க்க வேண்டாமா?" என்றான் அவன்

"எங்களுக்கு அதிகமாய் ஒன்றும் தெரியாது என்று நீ எண்ணுகிறாயா? என்று கேட்டான் மூாய்னு.

"இதில் கோபித்துக்கொள்ளச் சொந்த விஷயம் எதுவும் இல்லை, மூாய்னு" என்றான் வாலிபன் ஜோஸ் "இங்கு எல்லாம் தேய்த்து பழசாகப் போய்க் கிடக்கிறது. பெரிய நகரங்களில் மக்கள் இப்படிப் பிற்போக்கானவர்களாக இருக்கமாட்டார்கள்!'

அந்தச் சமயம் சிறுவன் லூடர் வந்தான். சைக்கிளிலிருந்து இறங்கி மாடம் மூாய்னுவிடம் ஒரு கூடை நெக்டரைன் திராட்சைகளைக் கொடுத்தான். அவனுடைய அழகிய தலைமயிர் காற்றில் அலைந்து அவன் முகத்தில் பறந்தது. அவன் முகமே அவன் கொணர்ந்த திராட்சைகளின் நிறமாக இருந்தது. இப்போது வேர்வையும் காய்ந்து பளபளத்தது அவன் முகம்.

"நாங்கள் பிற்போக்காளர்கள்; இல்லையா?" என்றான் மூாய்னு. "இந்தக் கிராமத்தில் பெரும்பாலோர் இடதுசாரிக் கட்சிகளுக்கு வோட்டளிக்கிறார்கள். எனினும் இந்தக் கிராமம் பிற்போக்கானது இல்லையா?"

வாலிபன் ஜோஸ் சிரித்தான்; "நாங்கள் இடதுசாரிக் கட்சியையும் சேர்ந்தவர்களல்ல, வலதுசாரிக் கட்சியையும் சேர்ந்தவர்களல்ல."

"அரசியலைப் பற்றியே எங்களுக்குத் துளிக் கவலையும் இல்லை" என்றான் பிரான்சிஸ். அவன் தன் தகப்பனின் ஷவரக் கடையில் வருகிற பத்திரிகைகளை எல்லாம் விடாமல் படிப்பவன்.

வாயிலிருந்து சிகரெட் துண்டைத் துப்பிவிட்டு, சட்டைப் பைகளிலிருந்து கைகளை எடுத்துவிட்டு, மூாய்னுவைப் பார்த்தான், ஜோஸ் அவன் சொன்னான்.

"நாங்கள் பார்க்கிற மாதிரி உன்னாலும் நேராகப் பார்க்க முடியும், மூாய்னு நீயே சொல், உலகில் மாறுதலுக்கும் சீர்திருத்தத்துக்கும் முன்னேற்றத்துக்கும் இடமா இல்லை? நாங்கள் அரசியலில் பங்கு கொள்வது என்று ஆரம்பித்துவிட்டோமானால் நான் சொல்லவா வேண்டும்?"

மூாய்னுவுக்குக் கோபமே வந்துவிட்டது. “விஷமக்காரப் பசங்களா? முளைத்து மூன்று நாள் ஆகவில்லை அதற்குள் உலகையே ஆட்டிவைக்க எண்ணுகிறீர்களே!”

“கிழட்டு மரங்களில் கொட்டைகள் விழத் தயாராக இருக்கின்றன” என்றான் ஜோஸ். “மரத்தை உலுக்கினால், ஒன்றும் மிச்சமில்லாமல் விழுந்து விடும்.”

நிகோலஸம் சிரித்தான். “அதோடு உலகமே முடிவடைந்துவிடாது. மெஸ்ஸியர் மூாய்னு.”

சிறுவன் லூடர் சைக்கிள் பிடியில் சாய்ந்து கொண்டு அந்தப் பேச்சைக் கேட்டுக்கொண்டு நின்றான். அவன் கண்களில் அசாதாரணமான ஓர் ஒளி படர்ந்திருந்தது. அவன் கன்னங்கள் சிவந்திருந்தன. திரை கடலோடத் தயாராக நிற்கும் படகு போல நின்றான் அவன்.

ஜோஸப்புக்குங்கூட. இந்தப் பேச்சு அசாதாரணமான ஒரு பாவத்தைத் தந்தது. பெஞ்சிலிருந்து அவன் எழுந்தான். வாலிபர்கள் ஜோஸ், நிகோலஸ் இவர்களுடன் நிற்க வேண்டியவன் அவன். வயதானவர்களுடன் ஏன் உட்கார்ந்து கொண்டிருந்தான்? வண்டிக் கட்டுப் பட்டறையில் வேலை செய்வதுபற்றி அவனுக்கு வெட்கமாக இருந்தது.

“நீயும் அவர்கள் கட்சிதானா ஜோஸப்?” என்று துயரம் நிறைந்த குரலில் கேட்டாள் லாமெலி “உனக்கும் மாய்ப்பறு அலுப்புத் தருகிறதா?”

“சந்தேகமென்ன?” என்றான் ஜோஸப்.

உரத்த அந்தக் குரலில் தொனித்த நம்பிக்கையும் தைரியமும் புதிதாக இருந்தன லாமெலிக்கு. அது ஜோஸப்பின் குரல்தானா என்று அவளுக்குச் சந்தேகமாக இருந்தது.

24

இரவுப் பொழுது மெதுவாக வந்துகொண்டிருந்தது. பகல் பொழுது கசக்கிப் பிழிந்து எறிந்து விட்டுப் போன கிராமத்தை ஆட்கொள்ள அது தயங்குவதுபோல மெதுவாக வந்துகொண்டிருந்தது. வாழ்க்கை என்பதே இந்த விநாடியுடன் மாய்ப்பறு கிராமத்தில் ஸ்தம்பித்து நின்றுவிட்டது என்று சொல்லலாம் போல இருந்தது. விநாடிக்குப்பின் விநாடியாக, ஒவ்வொருவரும் உள்ளே போய்க் கூண்டுக்குள் அடைபெற வேண்டிய தருணத்தைத் தள்ளிப் போட்டுக்கொண்டு வெளியே உட்கார்ந்திருந்தார்கள். உள்ளே உஷ்ணமாகவும் இருக்கும்" குறுகிய இடமாகவும் இருக்கும். அசைவதற்கே அங்கு இடம் போதாதே!

8.12 ரெயில் வந்து போய்விட்டது. ஸ்டேஷன் இரவு பூராவும் இனித் தூங்கவேண்டியதுதான்.

ஸ்டேஷன் மாஸ்டர் தம் அறையில் இருந்தார். நாள் பூராவும் அணிந்துகொண்டிருந்த தொப்பியையும் வார் பெல்டையும் எடுத்துவிட்டார் அவர். படுக்கையின் ஓரத்தில் உட்கார்ந்து கனமான பூட்ஸுகளைக் கழற்றிவிட்டு. வலித்த பாதங்களைத் தடவி விட்டுக்கொண்டார்.

சூரியனின் கடைசிக் கிரணங்கள் சிவப்பாக ஜன்னலுக்குள் பிரவேசித்தன. விளக்கைப் போடுவதற்கு அவசியம் என்ன?

அன்றிரவு வாசிக்க இஷ்டமில்லை அவருக்கு. ஸ்டாம்பு ஆல்பத்தைப் புரட்டிப் பார்க்கவும் மனமில்லை பூாய்னு தந்த பெல்ஜியம் ஸ்டாம்பு கூட அவரிடம் இருந்தது. எனினும் மற்ற அலுவல்களை விட்டுவிட்டு ஒரு நிமிஷம் இரண்டு நிமிஷம் என்று ஸ்டாம்பு ஆல்பத்துக்குச் செலவிடுவதற்குப் பதில், நாள் பூராவும் ஸ்டாம்பு ஆல்பம் தவிர வேறு பொழுது போக்கில்லாமல் அழிக்க வேண்டிய நாட்கள் வந்துகொண்டிருந்தன. இப்போது அதில் உத்ஸாகம் இருக்கிறமாதிரி தோன்றவில்லையே. என்ன செய்வது?

கீழே விளக்குகள் வைக்கும் அறை மூடிக் கிடந்தது. உள்ளே புழுக்கத்தில் படுத்து, ப்ளமார்ட்டுக்குப் பதில் வரும் இரவுக் கூலி குறட்டை விட்டுக்கொண்டிருந்தான்.

ஒரு காலத்தில் முழுவதும் ஏரிச் சதுப்பு நிலமாக இருந்த பிரதேசத்திலே இப்போது கிராமமும் வெளியும் இரவில் உறங்கிக் கொண்டிருந்தன. இருட்டும் குளுமையும் இப்போது வெற்றி பெற்று விட்டன பாப்ளர் மரங்களினூடே பார்த்தால் முதல் நட்சத்திரம் தெரியத் தொடங்கிவிட்டது. மாடம் லூடர் வாளியில் பாலைக் கறந்து எடுத்துக்கொண்டு வந்து கொண்டிருந்தாள். அவள் முகம் கடின பாவத்தையும், பணம் சேர்ப்பதில் அவள் கணக்குப் பண்ணிக்கொண்டிருப்பதையும் காட்டிற்று. மாலைப் பொழுதின் மிருதுத் தன்மையோ, வீட்டிற்குள்ளிருந்து வந்த பாட்டுச் சப்தமோ அவள் சுபாவத்தை மாற்றவில்லை. லாபம் தவிர வேறு எதற்கும் அவள் வாழ்க்கையிலே அர்த்தமற்றுப் போய்விட்டது. அப்படிப்பட்டவளுக்கு அமைதி ஏது? நிம்மதி ஏது? எப்படி வரும்?

லூடரும் ப்ரிட்ஸுூம் தங்கள் வேலைகளை முடித்துவிட்டார்கள். லாரியிலே மறுநாள் காலை ரெயிலேற்ற வேண்டிய கறிகாய்க் கூடைகளை ஏற்றி வைத்தாகிவிட்டது. அநேகமாக எல்லாக் கூடைகளிலுமே முலாம் பழங்கள் தான் நிரம்பியிருந்தன. ப்ரிட்ஸி தன் கையாலேயே செய்த ஒரு பெஞ்சின் மேல் இருவரும் சௌகரியமாக உட்கார்ந்துகொண்டிருந்தார்கள். தன் ஊல்ஞாபிகத்தை இன்பகரமாகக் கிளப்பிய ஒரு பாட்டை முணுமுணுத்துக் கொண்டிருந்தான் பவேரியன். அக்கார்டியன் வாத்தியத்தை மார்புடன் அணைத்துக் கொண்டு அதிலிருந்து பாட்டை இழுத்து வெளியேற்றிக் கொண்டிருந்தான் அவன்.

தன்னையும் இரவையும் தவிர வேறு யாரும் அந்தப் பாட்டை கேட்டு அனுபவிக்கக் கூடாது என்பது அவன் எண்ணம். ஆனால் லூடருக்கு அந்தக் கீதத்தின் வார்த்தைகள் மனப்பாடமாகத் தெரியும்; அர்த்தந்தான் தெரியாது. தினமும் கேட்டுப் பழகிய கீதம் அது.

பெஞ்சுக்கு அருகில் வாளியை வைத்துவிட்டுச் சப்தப்படுத்தாமல் சிறிதுநேரம் நின்றாள் மாடம் லூடர். இடுப்பில் கைவைத்துக்கொண்டு கேட்டாள். அவள் அந்தப் பாட்டைத்தான் கேட்டுக்கொண்டு நின்றாள் என்று நிச்சயமாகச் சொல்ல முடியாது.

புதுப்பால் மணமும், மண் வாசனையும், எருவாசனையும், பழுக்கும் முலாம் பழங்களின் வாசனையும் கலந்து வீசியது அங்கு.

“நாளைக்குப் பட்டாணி பறிக்க வேண்டும்” என்றாள் அவள்.

லாமாரிஸோட்டும் அவள் பெண்ணும் ஆற்றங்கரையிலே காலைப் பரப்பிக் கொண்டு படுத்திருந்தனர். காசநோய்க்காரன் மூச்சுத் திணறப் படுத்திருந்த அறைக்குள் போக இருவருக்கும் அவசரம் இல்லை.

லாமாரிஸோட் அந்தப் பெல்ஜியத்தவர்களைப் பற்றிச் சிந்தித்துக் கொண்டிருந்தாள். அதற்குள் அந்தக் குட்டி மட்டும் வீண்வம்புக்கும் வதந்திக்கும் இடம் தராமல் இருந்தாளானால் நல்லது என்று எண்ணினாள் அவள்.

“கர்ப்பம் தரித்துவிட்டாய் என்றால், அந்த மொர்லாவின்கள் உன்னைத் துரத்துகிற மாதிரி பார்த்துக்கொள்” என்றாள் தன் பெண்ணிடம். “அதைச் சாதித்துவிட்டால், அவர்கள்தான் நீ கர்ப்பமானதற்குக் காரணம் என்று நான் ஊரை நம்ப வைத்து விடுகிறேன். பொறுப்பு அவர்களுடைய தாகிவிடும்... அப்பன் செத்துவிட்ட பிறகுங்கூட யாரிடமும் இந்த வீட்டில் நடந்த காரியங்களை மட்டும் சொல்லிவிடாதே! சொன்னாயானால் உன்னைச் சிறைக்கு அனுப்ப ஏற்பாடு செய்துவிடுவேன் நான்.”

அவள் மகள் தலைக்கு அடியில் கைகளைச் சேர்த்துவைத்துக் கொண்டு மல்லாந்து படுத்தபடியே ரொட்டி சுடும் மொர்லாவின்களைப் பற்றி அருவருப்புடன் சிந்தித்துக்கொண்டிருந்தாள். அவர்கள் தாடியும் மெஸ்ஸியர் மூாய்னுவைப் பற்றியும் அவள் சிந்தித்தாள்.

இருளடர்ந்த வானத்திலே ஒளிமீன் மிதந்து வருவதைக் கவனித்தாள். தன் கால்களைக் குளுமையான புல்லுக்குள் விட்டு ரசித்தாள்.

அசுத்தமான தன் படுக்கையிலே படுத்தபடியே கிழவன் பாக்கே அதே நட்சத்திரத்தைக் கவனித்தான். அந்த நட்சத்திரந்தான் கண் சிமிட்டிற்றா? அல்லது அவன் இமைகள்தான் வலி தாங்காமல் சிமிட்டினவா? அவன் பக்கத்திலிருந்த வாளியிலிருந்து துர்நாற்றம் குப்பென்று அடித்தது. சாப்பிடாமல் மீதம் வைத்துவிட்ட ஸூப்பும் சேர்ந்து நாறிற்று. வெளியே ஓர் ஆந்தை ஊங் கொட்டியது. தினம் இரவில் அவன் காதில் விழுந்த சப்தம் அது. ஆந்தை அலறிக்கொண்டேதான் இரை தேடக் கிளம்பும்.

அதனுடன் பழக்கப்பட்ட இன்னொரு சப்தம் அவன் காதில் விழுந்தது. சுவருக்கு அப்பால் பக்கத்தறையில் படுக்கையில் படுத்து அவன் பெண்ணும் பிள்ளையும் ரகளை செய்துகொண் டிருந்தார்கள். அவர்களிடம் அவனுக்கு வெறுப்பு அதிகமா? பயம் அதிகமா? அவனுக்கே சொல்லத் தெரியாது. அந்தப் படுக்கையிலே அவளும் அவன் மனைவியும் நாற்பது வருஷங்கள் நன்றாக உறங்கினார்கள். யசமானும் யசமானியுமாக வாழ்ந்தார்கள் அவர்கள். அந்தப் படுக்கையிலேதான் அவன் மனைவி தன் மூத்த பிள்ளைகள் இறந்த சோகமும் கோபமும் தாங்காமல் உடல் நீத்தாள்.

இரவில் இரண்டு நாய்களையும் வெளி முற்றத்தில் அவிழ்த்து விட்டுவிடுவது வழக்கம். அவை உறுமிக்கொண்டே சுற்றிச் சுற்றி வந்தன. மூன்று பாக்கேகளும் வஞ்சம் தீர்த்துக் கொள்வது பற்றியும், உலகை ஆட்டிவைத்து ரத்தசாந்தி பெறுவது பற்றியும் சிந்தித்துக் கொண்டே இரவில் எழும் சப்தங்களைக் கவனித்தார்கள்.

முன்னறை வாசகசாலையில் அஸ்தமனச் சமயம் அதிசீக்கிரமே வந்துவிடுகிறது சுவருக்கும் மேஜைக்கும் இடைவெளியே இல்லாது போய்விடுகிற நேரம் அது, இருட்டில் எந்த உருவமும் சரிவரத் தெரிவதில்லை முகம் பார்க்கும் கண்ணாடி மட்டும் வெண்மையாகத் தெரியும். மெஸ்ஸியர் நவியேருக்கு அந்தப் பொழுது பிடிப்பதில்லை.

இரவு வருகிறதே என்று கவலையுடன் ஜாக்கிரதையாக இருக்க முயலுவான் அவன். தன் வாழ்வின் சூனியத்தை உணர்ந்து பசிதரும்

மயக்கம் போல ஒரு மயக்க நிலையை எய்தி அவஸ்தைப்படுவான் அவன் பால் சாப்பிட மறந்து விட்டதோ என்று எண்ணிப் பாலைத் தேடுவான் அவன். வீரச் செயல்களை நாடி அவன் மனமும், அசைவற்ற உடலும் வெகுதூரம் செல்லும். புது மனிதர்களைச் சந்தித்து, புதிய இடங்களுக்குப் போய், புதிய காரியங்களை மேற்கொள்ள வேண்டும் என்று நினைப்பான் அவன், வேறு நல்ல மனிதர்கள் வேறு நல்ல நல்ல இடங்களில் இருக்கத்தான் இருப்பார்கள். தேடிக்கொண்டு போவது அவன் பொறுப்பு. ஆனால் முயற்சி எதுவும் செய்யச் சக்தியற்றவன் அவன் என்பது ஒரு கஷ்டமாகத் தோன்றவில்லை அவனுக்கு ஆறுதலளிப்பதாகவே இருந்தது. காலதாமதமாகிவிட்டது. என்றே தொடங்கி முடிந்திருக்க வேண்டிய காரியம் அது. இப்போது நிச்சயமாகக் காலம் தாண்டிவிட்டது.

சிக்கனம் பிடிக்கிற வியாஜத்தில், விளக்கை ஏற்றுகிற காரியத்தை எவ்வளவு நேரம் தள்ளிப் போட முடியுமோ அவ்வளவு நேரம் தள்ளிப்போடுவான். இரவில், பல நாட்கள், இருட்டிலேயே படுக்கை போட்டுக்கொண்டு படுத்துவிடுவதும் உண்டு. சில சமயம் நாற்காலியில் உட்கார்ந்தபடியே, படுக்க வேண்டும் என்கிற ஞாபகம் இல்லாமலே அவன் இரவு பூராவையும் கழித்துவிடுவான் உட்கார்ந்த நிலை மாறாமல், காலடியில் கிழட்டுப் பூனை கிடக்க, அவன்பாட்டுக்குத் தனக்குத்தானே பேசிக்கொண்டு கழித்துவிடுகிற இரவுகள் எந்தனையோ? சிந்தனைகளில் அலுப்பே தட்டாது அவனுக்கு. சிந்திப்பதில் சிரத்தை உள்ளவன் அவன் அதுதான் அவன் காதல் வாழ்வு. அதைப் பற்றிப் பெருமை பாராட்டிக் கொள்ளவும் அவன் தயங்கமாட்டான் ஆனால் அவனால் மனத்திற்குள் சிந்திக்க முடியாது. இரைந்துதான் சிந்திப்பான்.

“பணம்... பணம்... பணம் என்பதைவிட மோசமான விஷயம் உலகில் வேறு ஒன்றும் கிடையாது. பணம் என்கிற ஞாபகமே உலகில் இருக்கக்கூடாது. ரொட்டிக்காரன், தபால்காரன், வரி வசூலிப்பவன். எல்லாருமே பணம், பணம் என்றுதான் உயிரை விடுகிறார்கள். பணத்தைத் தவிர வேறு எதை யார் கவனிக்கிறார்கள்?... யாரிடமும் பணமில்லை. அதுதானே சிரமமாக இருக்கிறது? பழைய நாட்களில் இவ்வளவு மோசமாக இருந்ததில்லை. இப்போது அரசியல், மனிதர்கள், எல்லாருமே

மட்டமாகிவிட்டன, ஏன் இது மாறக்கூடாது? நமக்கு ஏற்றபடி மாற்றி உலகத்தின் நியதிகளை அமைத்துக்கொள்ள வேண்டும்... என் கூடாது?”

அரசாங்கம் தனக்கென்று கொணர்ந்து தரக்கூடிய பாலைப்பற்றி யோசித்தான் அவன். பொய்ப் பல் ஸெட்டுகள் எத்தனை தரலாம்? அரசாங்கம் மனம் வைத்தால்! பில் அனுப்பாமல் செய்தால், எவ்வளவு சுலபமாக அவனுக்கு மீண்டும் எதையும் கடித்துத் தின்னும் சக்தி வந்துவிடும்? ரொட்டியைப் பாலில் தோய்க்காமல் கடித்துத் தின்னலாமே! ஆனந்தப்பட்டான் அவன். சிரித்தான். அதைப்பற்றி எண்ணுவதே இன்பமாக இருந்தது. எச்சிலை விழுங்கிக்கொண்டே, தூண்டிலில் சிக்கிய மீன்போல நெளிந்தான் அவன். அதற்குப் பிறகு எல்லாம் ஒரே குழப்பமாகிவிட்டது. கிராமத்தின் மேல் சாம்பல் மழையாக விழுந்தது. சிறிது நேரம் தூங்கிக் கனவு கண்டுவிட்டு மீண்டும் விழித்துக்கொண்டான். கனவுதான் வேறு ஒன்றும் அசாதாரணமானது நடந்துவிடவில்லை. அவன் மேல் எரிமலைக் குழம்பு ஒன்றும் பட்டுவிடவில்லை. பூனைகூட ஒருவிதச் சிரமமும் இல்லாமல் படுத்து உறங்கிக் கொண்டிருந்தது. மறுபடியும் யோசிக்கத் தொடங்கினான் அவன். “பணம்... பணம்... பணம்...... நண்பனே! பணம் என்பது...”

எல்லையற்ற சந்தோஷத்தில் அழுந்தினான் அவன்.

25

ஆலயத்தைச் சேர்ந்த வீட்டின் முற்றத்திலே மெதுவாக இருட்டிக்கொண்டிருந்தது. ஸெயின்ட் அந்தோணியின் உருவச் சிலைக்குப் பக்கத்தில் உட்கார்ந்து, பெண்கள் ஐவர் தேநீர் குடித்துக் கொண்டிருந்தனர். மாம்ஸெல் மாஸ்ஸோவும் மாடம் ஸிகாய்னேயும் உதவினர் மாம்ஸெல் வெர்ணுக்கு. மூவருமாகச் சேர்ந்து லாசெலஸ்டினையும் மாடம் கொரேலையும் மீண்டும் ஒன்றுசேர்த்து வைத்தார்.

மாடியில் தன் அறையில் அப்பே வெர்ண் கையையும் காலையும் ஆட்டிக்கொண்டு படுக்கையிலிருந்து எதிர் மூலைக்கும், எதிர் மூலையிலிருந்து படுக்கைக்குமாக நடந்து கொண்டிருந்தார்; பிரார்த்தனைப் படத்துக்கும் மேஜைக்கும் இடையே நடந்து கொண்டிருந்தார். நரம்புத் துடிப்பால் அவரால் இப்போதெல்லாம் மண்டியிட்டுப் பிரார்த்தனை செய்வது என்பது செய்ய முடியாத காரியமாகிக்கொண்டிருந்தது

ஜன்னல் வழியாக மாடம் கொரேலின் குரல் அவர் காதை எட்டியது. அவள் சொல்லிக்கொண்டிருந்தாள். "தாவர சாஸ்திரம் சொல்லித் தருவதாக அவன் பள்ளிப் பையன்களுக்குச் சொல்லித் தருகிற விஷயங்களைக் காதால் கேட்க நமக்குச் சகிக்காது."

"கடவுள் இல்லாத பள்ளி அது" என்றாள் மாம்ஸெஸ் வெர்ண்.

லாசெலஸ்டின் வெறுப்பு என்கிற பரவசத்துடன். "ஆம், கடவுளற்ற இடம் அது" என்றாள்.

தம் சிந்தனைகளை ஒருமுகப்படுத்திச் சேர்க்க அப்பே பாடுபட்டார். தரையில் கண்களைப் பதித்து, மார்பில் கைகளைக் கட்டிக்கொண்டு அவர் தொடங்கினார்:

"ஓ என் பிரபுவே! கடவுளே! தகப்பனே! என் தைரியமின்மையை எனக்கு மன்னித்துவிடு. இந்த ஈரமற்ற பிரதேசத்திலே என் மூச்சுத் திணறுகிறது. யசமானன் தோட்டத்திலே வேலை செய்பவர்கள் எல்லாருக்கும் ஒரே மாதிரியான கடமை இராது. அறுவடை என்கிற ஆனந்தத்தைப் பலரும் அநுபவிக்க முடியாமல் போய் விடலாம். நம்பிக்கையுடன் காத்திருந்து பலன் காணாதவர்கள், பிறகு ஒரு காலத்தில் நன்மையடைவார்கள். பன்மடங்கு லாபம் பெறுவார்கள்.... இங்கு என்னால் நம்பிக்கையுடன் காத்திருக்க முடியவில்லை. எனக்கு இந்தச் சுமை தாங்க முடியாததாக இருக்கிறது. என் கடமை என்று கடவுளே, நீ விதித்துள்ளதைச் செய்யச் சக்தியற்றவனாகி விடுகிறேன் நான்... அன்பு செலுத்துவதற்குப் பதில் நாளுக்கு நாள் என் வெறுப்பும் கசப்பும் வளருகின்றன. கடவுளற்ற இந்த மக்களையும் நேசிக்க, அன்புவழி திருத்த, எனக்கு வழிகாட்டுவாயாக! இங்கு உனக்கோ எனக்கோ இடம் இருப்பதாகவே தெரியவில்லையே, கடவுளே! பைத்தியக்காரர்கள்! அவர்கள் நித்தியமானவர்கள் போல வாழ்க்கை நடத்துகிறார்கள். எதிரிலுள்ள படுகுழி அவர்கள் கண்ணில் படவேயில்லை. விழ இருப்பவர்கள் கூடக் கவலைப்பட மறுக்கிறார்கள். குற்றம் சொல்லி, அவர்களை வெறுக்கத் தூண்டுகிற என் மனம் அவர்களிடம் அனுதாபம் கொள்ள மறுக்கிறது... என்னை மன்னித்துவிடு, கடவுளே! நீ அவர்களை மன்னிக்கிறாய்! என்றால் அவர்களை அங்கீகரிக்க முடியவில்லை. என்ன செய்வேன், அவர்கள் இன்னது செய்கிறோம் என்று அறியாது செய்கிறார்கள்; மன்னித்து விடு என்று கடவுளே, உன்னால் சொல்ல முடிந்தது. என்னால் அது இயலவில்லை."

கீழ் அறையில் புனிதவதிகள் தங்கள் சம்பாஷணையைத் தொடர்ந்து நடத்திக்கொண்டிருந்தார்கள்.

மாம்ஸெல் மாஸ்ஸோ சொன்னாள்: "ஏதோ வாங்கப் போனேன் நண்பகலில் அவர்கள் பாய்கூடச் சுருட்டாமல் கிடந்தது."

மாடம் ஸிகாய்னே இன்னும் கொஞ்சம்தூரம் அதிகம் போனாள்: "என் ஜன்னலிலிருந்து பார்த்தால் தெரிகிறது. சோம்பேறி மனைவிக்குத் தினமும் காலையில் கணவன்தான் எழுந்து காபிபோட்டுத் தருகிறான்."

"தற்பெருமையும் டம்பமும்தான் அவள்" என்றாள் மாடம் கொரேல். "கணவன் சம்பாதிக்கிற காசைத் தண்ணீர் மாதிரி படாடோப வாழ்க்கைக்கு வீணாகச் செலவு செய்கிறாள். ஆடம்பரமான துணி அலங்காரங்கள் இவற்றில் அவள் பணத்தை வீணாக்குகிறாள்."

"அவள் சகோதரியைப் போல இல்லை அவள்" என்றாள் மாடம் ஸிகாய்னே. அவள் எப்போதும் கந்தல்களைப் பிச்சைக்காரி மாதிரி உடுத்துக்கொண்டு நிற்கிறாளே! ஐயோ!"

"எது எப்படியானால் என்ன? வம்பு பேசுவதில் அவர்கள் இருவரும் ஒன்றுதான். ஒருவருக்கு ஒருவர் சளைப்பே இல்லை" என்றாள் மாம்ஸெஸ் வெர்ண் "இருவரும் பேச ஆரம்பித்துவிட்டால் விஷப் பாம்புகள்தான். ஒருவரையும் பற்றி நல்லது என்பதே அவர்கள் வாயில் வராது!"

"விஷப் பாம்புகள்" என்றாள் லாசெலஸ்டின்.

தட்டுத் தடுமாறிக்கொண்டே தம் அறையில் நடந்தார். அப்பே. பிறகு சிலுவை முன் போய் மண்டியிட்டார்.

"ஓ! என் கடவுளே! நான் என் பணிகளை எப்படி நிறைவேற்றினேன் என்று நீ கேட்டால் எப்படி நான் என்ன சொல்ல முடியும்? நான் என் கடமையில் தோல்வியடைந்ததை நீ எப்படி மன்னிப்பது இயலும்? பூமியில் பயனில்லாது விதை விழுகிறது. என்பதை எப்படி நான் மறக்க முடியுமோ, தெரிய வில்லையே! வேறு ஒருவன் தகுதியுள்ளவன், இங்கு உன் பணியாற்றியிருந்தால் நிச்சயம் பலன் இருந்திருக்கும். நான் அருகதை அற்றவன். பணியாற்றச் சக்தியற்றவனாகி விட்டேன். உன்மேல் நம்பிக்கையும் பக்தியும் எனக்கு அதிகமாக இருந்திருந்தால், என்னால் மலைகளை அசைத்திருக்க முடியும். அன்பு என்னும் பொறிவிளக்கை இவர்கள் மனத்தில் ஏற்றி வைக்கச் சக்தி இல்லையே எனக்கு! என் மேல்தான்

பிசகு என்று உணருகிறேன். தகுதியே அற்றவன் நான். தெய்விகம் என்பது மனிதர்கள் உள்ளங்களில் துளித் துளிக்கூடவா இல்லாமல் போய்விடும்? அதைக் கண்டுபிடிக்க இயலவில்லை என்றால்."

கீழே தரையிலிருந்து பாம்பு சீறுவது போலச் சீறும் குரலில், மாம்ஸெல் வெர்ண் சொல்லிக்கொண்டிருந்தாள்.

"தீர்க்கதரிசிகள் நமக்குச் சொல்லியிருக்கிறார்கள். வண்டிகள் தாமாக நகர ஆரம்பிக்கும்போது, மனிதர்கள் வானில் பறக்கும்போது, பெண்கள் ஆண்கள்போல வாழத் தொடங்கும்போது, பிரபஞ்சத்தின் முடிவு நெருங்கிவிட்டது என்று அறியவும் என்று கூறியிருக்கிறார்கள். அதற்குப் பின் மனிதன் உய்ய வழியில்லாது போய்விடும்."

அப்பே வெர்ண் எழுந்துபோய் முடிவை நெருங்கிக் கொண்டிருந்த உலகின் குரல் தம் அறைக்குள் வராமல் ஜன்னல் கதவைச் சாற்றினார். மெதுவாகச் சந்தடி செய்யாமல் சாத்தினார்.

26

நீண்ட காலமாகவே மெஸ்ஸியர் எண்பெர்க் தம் சொந்தப் படிப்பையெல்லாம் நிறுத்திவிட்டார். தமக்காக வாசிப்பது என்கிற பழக்கமே போய்விட்டது அவருக்கு. வில்லிகிராண்டு நகரில் மருந்துக்கடை வைத்திருந்த அவர் மாமனார் அவருக்கு ஊதியம் தருகிற ஒரு வேலை கொடுத்திருந்தார். பள்ளி வாத்தியாராகச் சம்பாதித்தது போதாது என்பதனால் இரவு விளக்கை ஏற்றிக் கொண்டு வெகுநேரம் அந்த வேலையைக் கவனித்துக் கொண்டிருப்பார் அவர். - நள்ளிரவு வரையில் தூங்கிவிட்ட கிராமத்தில் எரிந்து கொண்டிருக்கும் விளக்கு அவருடையதுதான். மருந்து, எரு முதலியன பற்றி விவரமாக விளம்பரங்கள் எழுதிக்கொடுத்தால் பணம் கொஞ்சம் வரும். அதைத் தினம் இரவு எழுதிக்கொண்டிருப்பார் அவர்.

கோடை இரவுகளில் இந்த வேலை தொடங்குமுன் அவர் கொஞ்சநேரம் தம் சகோதரியுடன் பள்ளிக்கூடத்து வெளிப்படிகளில் உட்கார்ந்திருப்பார்.

சாம்பல் வர்ணமாக எதிரே இருந்தது பூமி. செஸ்ட்நட் மரங்களின் நிழல்கள் இருட்டில் இரண்டறக் கலந்துவிட்டன. 'ப்ளாப்' என்கிற சப்தத்துடன் அடிக்கடி மரத்திலிருந்து ஒரு செஸ்ட்நட் கொட்டை கீழே விழுந்து உடையும்.

'இன்னொரு கண்ணாடியை உடைத்து விட்டார்கள்' என்று மெல்லிய குரலில் சொன்னார் மெஸ்ஸியர் எண்பெர்க். (சிறிய விஷயமானாலும் பல நமூனாக்கள் பூர்த்தி செய்து அனுப்ப வேண்டும். மாரிக் காலம் வந்துவிடும் பணம் கிடைக்குமுன், கையை விட்டுப் பணம் போட்டு ரிப்பேர் எல்லாம் அவரேதான் செய்து கொள்ள வேண்டும்) "வழக்கப்படி இன்ஸ்பெக்டர் வருவதாகக் காணவில்லை..." பள்ளி வருஷம் முடிய இருந்தது. உத்ஸாக மூட்டி அவர்களைக் குஷிப்படுத்த இன்ஸ்பெக்டர் ஒருவர் வராமல் வருஷம் முடிந்துவிடும் போல இருந்தது. அவர்கள் எவ்வளவு சிரமப்பட்டால் என்ன? கவனித்து லட்சியம் பண்ணி வேலையில் அவர்களை ஊக்கம் கொள்ளச் செய்ய யாராவது. இருந்தால்தானே?

முதல் மாடியில், கூரை தாழ்ந்திருத்த அறையில் படுக்கைக்கும் தொட்டிலுக்கும் போதும் போதாது என்று சொல்கிற மாதிரிதான் இடம் இருந்தது. அதில் குழந்தைகள் அழுது சிணுங்கிக்கொண் டிருந்தன. உஷ்ணம் தாங்காமல் சிரமப்பட்டு அழுதன அவை. மாடம் எண்பெர்க் மூத்த பெண்ணை ஜன்னலண்டை நிறுத்திவைத்துத் தலைமயிரைச் சீப்பால் வாரிவிட்டாள். ஊளையிட்டு அழுதது அது; தூங்குவதற்கு அவசரம். திட்டியும் வைதும் அடித்தும் காரியத்தைச் சாதித்துக்கொண்டிருந்தாள் மாடம் எண்பெர்க். வேர்க்க விறுவிறுக்க அவள் ஒரே ஒரு மேலங்கி மட்டும் அணிந்து கொண்டிருந்தாள். யாரையாவது அடித்தால் அவளுக்குக் கொஞ்ச நேரம் மன ஆறுதல் ஏற்படும்போல இருந்தது. ஜலவாளியில் கைகளை விட்டுக்கொண்டு பையன் நிழலில் நின்றான். வாளியில் அவன் துணிகள் ஊறிக்கொண்டிருந்தன. சிறிய முட்டிகளால் காற்றை முட்டிக்கொண்டு, தொட்டிலில் குழந்தை அழுதுகொண்டிருந்தது.

மாம்ஸெல் எண்பெர்க் வழக்கத்தையும் விட மௌனமாக இருந்தாள். "என் தங்கை எதைப்பற்றிச் சிந்தித்துக்கொண்டிருக்கிறாள்?" என்று கேட்டார் எண்பெர்க்.

அவள் சொன்னாள் அலுப்புடன்; "மாடம் கொரேல் வந்தாள் இன்று. என்ன பெண் அவள்! என்னிடம் என்ன சொன்னாள் தெரியுமா? அந்தப் பெண்ணுக்கு இப்போதே பல விஷயங்கள் தெரிகின்றன. வேறு பாடங்கள் எதற்கு? அவள் தபாலாபீஸில்

வேலை பார்க்க வேண்டாம். பள்ளி உபாத்தினியாகவும் போக வேண்டாம்” என்றாள்.

மூக்கால் சிரித்தார் மெஸ்ஸியர் எண்பெர்க்.

எங்கேயோ யாரோ ஒரு பலத்த விவாதம் நடத்திக்கொண்டிருந்த சப்தம் காற்றில் எழுந்து அடங்கியது. ரஸ்தாவில் யாரோ நடக்கிற சப்தம் கேட்டது. போலீஸ் கான்ஸ்டபிள் ரோந்து சுத்திக்கொண்டு வந்தான். கையில் தடியுடன் தலையில் குல்லாவுடன் வந்தான் அவன்.

“பணமில்லாமலே அவளுக்குப் பாடம் சொல்லித்தரச் சம்மதித்தேன் நான்” என்றாள் மாம்ஸெல் எண்பெர்க்.

அந்தப் பெண்ணின் கதி இப்படியாகிறதே என்பது பற்றி அவள் வாய்திறந்து வருத்தம் தெரிவிக்கவில்லை. ஏழு வருஷங்களில் ஒரு பெண்ணிடம் கண்ட ஒரு தனி அம்சத்தை வளரவிடாமல் தடுக்க அவள் தாயாரே தயாராக இருந்தாள். கற்றுக்கொள்வதிலும், கற்றுக்கொண்டதை உபயோகிப்பதிலும் பேரார்வம் காட்டிய பெண்ணை ஏழு வருஷங்களில் அப்போது தான் கண்டாள் உபாத்தியாயினி. சூழ்நிலையிலிருந்து அவளைக் காப்பாற்றி, அவளுக்குத் தனக்குத் தெரிந்ததையெல்லாம் கற்றுக் கொடுத்து, அவளை உயர்த்திவிடுவது என்று எண்ணினாள் அவள். ஏழு வருஷங்கள் பயனில்லாமல் பாடுபட்டதற்குப் பலன் இதோ என்று எண்ணுகிறபோது மாடம் கொரேல் குறுக்கிட்டு அந்தக் கனவு நிறைவேறாமல் செய்துவிட்டாள். வாலிபம், அன்பு, தருமம் எல்லாம், எல்லாத் தியாகங்களுமே வீண்தானோ என்று மாம்ஸெல் எண்பெர்க்குச் சந்தேகம் வந்துவிட்டது.

தெருவோடு வண்டி ஒன்று போகும் சப்தம் கேட்டது. அதை இழுத்துக்கொண்டு போனது தம் மாணவன். பாதை செப்பனிடும் பெஜுவின் மகன் என்பதை எண்பெர்க் அறிவார். மாணவன் தம்மைத் திரும்பிப் பார்ப்பான் என்று அவர் காத்திருந்தார். ஆனால் பையன் பள்ளிக்கூடத்துப் பக்கம் திரும்பியே பார்க்காமல் சீட்டி அடித்துக்கொண்டு வண்டியைக் கடகடவென்று இழுத்துப் போனான்.

அண்ணன், தங்கை இருவர் மனத்திலும் ஒரே பிரச்னைதான் இருந்தது. அதைக் கேட்டவள். மாம்ஸெல் எண்பெர்க்தான்;

"பிரான்சில் ஒவ்வொரு கிராமத்திலுமே நிலைமை இப்படியேதான் இருக்குமோ?"

மெஸ்ஸியர் எண்பெர்க் எதுவும் பதில் சொல்லவில்லை. நாக்கால் வாயின் மேல்கூரையைத் தொட்டுச் சப்தம் செய்தார் பல தடவைகள். மௌனமாக இருக்க வேண்டும் தம் மாணவர்கள் என்று அவர் விரும்புகிற போதெல்லாம். வகுப்புகளில் அவர் இப்படித்தான் சப்தம் செய்வார். தைரியத்தை இழக்காமல் மனிதன் உயிர் வாழ விரும்பினால், சில சிந்தனைகளைத் தொடர்ந்து கோடிவரையில் போகக் கூடாது!

இரவு ஆழ்ந்தது.

இன்னும் சில நிமிஷங்கள் அண்ணனும் தங்கையும் படியில் இருட்டில் உட்கார்ந்திருந்தார்கள் அடிவானத்தில் எங்கேயோ ஒளி மின்னிற்று விட்டு விட்டு.

"கோடை மின்னல்" என்று முணுமுணுத்தாள் மாம்ஸெல் எண்பெர்க்.

தன் வேலையையும், மாணவர்களையும், மறுநாள் நடத்த வேண்டிய பாடங்களையும் பற்றிச் சிந்தித்தார் மெஸ்ஸியர் எண்பெர்க், நேற்றைவிட இன்று நன்றாகவும், இன்றைவிட நாளை நன்றாகவும் தம் கடமைகளைச் செய்ய வேண்டும் என்கிற லட்சிய புத்தி படைத்தவர் அவர். எப்போதும் கடமைகளைப் பற்றிய சிந்தனைகள் அவருக்கு.

தன் தனிமையையும், கிராமத்து வாழ்க்கையையும் பற்றி நினைத்துப் பார்த்துக்கொண்டிருந்தாள் அவர் தங்கை. மனிதன் குணாதிசயங்களில் மிருகங்களின் குணாதிசயங்கள் தூக்கி நிற்பது போல இருப்பது ஏன் என்று தன்னையே கேட்டுக் கொண்டாள். "உலகம் இப்படி அமைந்திருப்பானேன்? சமூகக் கட்டுப்பாட்டின் கோளாறா இது?" அல்லது "மனித குலத்துக்கே ஏற்பட்ட பயங்கரமான காலக்கேடா இது?" என்று துணிந்து தன்னையே கேட்டுக்கொண்டாள் அவள்.

நம்பவேண்டும் என்கிற ஆர்வமும், மனிதனின் எதிர்காலத்தில் அளவு கடந்த உத்ஸாகமும் இருந்தன அவளுக்கு. மனித சுபாவம் மோசமானது, கரையேற்ற முடியாதது என்கிற முடிவுக்கு வர

அவள் தயாராக இல்லை. அப்படி ஒரு பொழுதும் இராது! இருக்கவே முடியாது! மனித குலம் உய்ய வழியுண்டு. புதிய சமூகம் தோன்றிப் பழைய குறைபாடுகளை எல்லாம் அடித்துக் கொண்டு போய்விடும். புதிய சமூகம் திட்டமாக அமையும் காரண காரியங்களை மீறியதாக இராது. நியாயமும் தருமமும் தவறாது பூர்த்தி பெறும். அந்த நிலையிலே மனித குலத்தின் பண்பு உச்சாணிக் கிளையை எட்டும். மனிதனால் என்ன சாதிக்க முடியும் என்பதை அப்போது அளந்தறிய வேண்டும்!

ஒன்பதாவது மணியின் முதல் மணி அடிக்கத் தொடங்கியதும் மெஸ்ஸியர் எண்பெர்க் எழுந்தார். "குட்நைட்"

வார்த்தை சொல்லாமல் நிமிர்ந்து நெற்றியைக் காட்டினாள் அவர் தங்கை. நெற்றியில் முத்தமிட்டு விட்டு உள்ளே போகும்போது. முந்திய இரவு தான் சரியாகத் தூங்கவில்லை என்கிற ஞாபகம் வந்தது அவளுக்கு. திடீரென்று பயங்கரக் கனவு ஒன்று கண்டது ஞாபகம் வந்தது. அதை அவள் மறந்தே போய்விட்டாள். சட்டை மட்டும் போட்டுக்கொண்டிருந்த அவள் அண்ணா மௌனமாகப் படுக்கைப் பக்கம் சாய்ந்து தம் மனைவியின் கழுத்தில் சுருக்கிட்டுக் கயிற்றைக் கட்டி இறுக்கிக் கொண்டிருந்தார். துணி உலர்த்தும் கயிறு அது என்று ஞாபகம் வந்தது அவளுக்கு...

(முற்றும்)

'தபால்காரன்' முதல் பதிப்பின் முன் அட்டை

ரோஜர் மார்டின் தூ கார்டு

ரோஜர் மார்டின் தூ கார்டு 1881ஆம் ஆண்டு மார்ச் 23ஆம் நாள் பிரான்சில் பிறந்தார். தொல்லியல் துறையில் பட்டம் பெற்றவர். பழைய கையெழுத்துப் பிரதிகளை ஆவணப்படுத்துவதில் ஈடுபாடு கொண்டவர். முதல் உலகப் போரில் பங்கேற்றவர். 1937ஆம் ஆண்டு இலக்கியத்துக்கான நோபல் பரிசு இவருக்கு வழங்கப்பட்டது. நோபல் பரிசு பெற்ற மற்றொரு பிரெஞ்சு எழுத்தாளரான ஆந்த்ரே ழீடு இவரது நெருங்கிய நண்பர்.

Jean Barois, The Thibaults ஆகியவை இவரது பிற முக்கியப் படைப்புகள். 1958ஆம் ஆண்டு ஆகஸ்டு 22ஆம் தேதி காலமானார்.

க. நா. சுப்ரமண்யம்

மொழிபெயர்ப்பாளர்

க.நா.சு. என்று அறியப்படும் கந்தாடை நாராயணசாமி சுப்ரமண்யம் (31 ஜனவரி 1912 – 16 டிசம்பர் 1988) திருவாரூர் மாவட்டம், வலங்கைமானில் பிறந்தார். கவிஞர், சிறுகதையாளர், நாவலாசிரியர், விமர்சகர், மொழிபெயர்ப்பாளர் எனப் பன்முக அடையாளம் கொண்டவர். ராமபாணம், இலக்கிய வட்டம், சூறாவளி, சந்திரோதயம், Lipi போன்ற சிற்றிதழ்களை நடத்தியவர்.

1979ஆம் ஆண்டு 'மயன் கவிதைகள்' என்ற தொகுப்புக்காக குமாரன் ஆசான் நினைவு விருதும் 1986ஆம் ஆண்டு 'இலக்கியத்துக்கு ஓர் இயக்கம்' என்ற கட்டுரைத் தொகுப்புக்காக சாகித்திய அகாதமி விருதும் பெற்றவர். 2006ஆம் ஆண்டு இவரது படைப்புகளை தமிழ்நாடு அரசு நாட்டுடமையாக்கியது.

www.ingramcontent.com/pod-product-compliance
Lightning Source LLC
LaVergne TN
LVHW100836051026
849519LV00006B/2314
* 9 7 8 9 3 4 8 4 3 9 0 0 0 *